# சிவப்பு உடை தேவதை

2
நாவல்கள்

# தாஜ்மஹால் நிழல்

## ராஜேஷ்குமார்

RAJESHKUMAR
RK
Publishing

ISBN: 978-93-90771-98-1

**இரு நாவல்கள் தொகுப்பு (RK084)**

சிவப்பு உடை தேவதை
முதல் நாவல்

தாஜ்மஹால் நிழல்
இரண்டாவது நாவல்

ராஜேஷ்குமார்

முதல் பதிப்பு - அக்டோபர் 2024



**வெளியீடு:** RK பப்ளிஷிங், 23, யமுனா தெரு,
க்யூரியோ கார்டன் அவென்யூ, வடவள்ளி, கோயம்புத்தூர் - 641 046.

**அட்டை வடிவமைப்பு:** நவீன்குமார் மு

**நூல் வடிவமைப்பு:** மூ. சிவசுந்தரம், இன்லெட்பஃப் சொல்யூஷன்ஸ்



**A collection of two novels (RK084)**

**Sivappu Udai Devadhai**
**First Novel**

**Tajmahal Nizhal**
**Second Novel**

**Rajeshkumar**

**First Edition - October 2024**



**Published by:** RK Publishing, 23, Yamuna Street,
Curio Garden Avenue, Vadavalli, Coimbatore - 641046.
**Mob:** 89251 16783
**email:** rkpublishing41@gmail.com
**Web:** www.rajeskumarnovels.in

**Cover Designed by:** Naveenkumar M

**Book Designed by:** M Sivasundaram, inletPUB Solutions, www.inletpub.com

# சிவப்பு உடை தேவதை

இந்த கதை 1997 ஆம் ஆண்டு
க்ரைம் நாவல் என்ற இதழில் வெளிவந்தது

# 1

விவேக், ஸ்டார் டி.வியில் உலக அழகிப் போட்டியைப் பார்த்துக் கொண்டிருந்தபோது செல்போன் தொண்டை கம்மிப்போன ஒரு பெண்ணைப் போல கனைத்தது.

கிரீஸ் நாட்டு அழகி க்ளோஸப்பில் தன் பல்வரிசையைக் காட்டிச் சிரித்து, ஸ்காட்ச் பார்வையோடு கண்ணடிப்பதைப் பொருட்படுத்தாமல் போனைக் காதுக்குக் கொடுத்தான்.

"எஸ்..."

"விவேக்! நான் கோகுல்நாத்..."

"சொல்லுங்க கோகுல்நாத்..."

"நீங்க உடனே ஜி.ஹெச் வரணும்."

"ஜி.ஹெச்.?"

"எஸ்... கமிஷனர் இங்கே உங்களுக்காக வெயிட் பண்ணிட்டிருக்கார்."

"எனிதிங் சீரியஸ்..?"

"வெரி வெரி சீரியஸ்..."

"இப்போ வர்றேன்."

போனை அணைத்தபோது, ரூபலா முதுகுக்குப் பின்னால் நின்றிருப்பது தெரிந்தது.

விவேக்கிடம் கேட்டாள்.

"இந்த ராத்திரி நேரத்துல யார்கிட்டேயிருந்து போன்?"

"கோகுல்நாத்."

"கேஸா..?"

"தெரியலை. ஜி.ஹெச்சுக்கு வரச் சொல்றார்."

"அப்போ கேஸ்தான்."

"கமிஷனர் வேற வெயிட் பண்ணிட்டிருக்காராம்."

"சத்தியமா இது கேஸ்தான்..."

விவேக் எழுந்தான்.

ரூபலா, இடுப்பில் தன் இரண்டு கைகளையும் வைத்துக் கொண்டு முறைத்தாள்.

"இப்போ மணி எவ்வளவு தெரியுமா?"

"பதினொரு மணி."

"ராத்திரி பதினொரு மணி."

"தெரியும்... சூரியன்தான் இல்லையே..!" விவேக் சிரித்துக்கொண்டே குளிரைத் தாங்கக்கூடிய சட்டைக்கும் பேண்ட்டுக்கும் மாறி, மாருதி 1000 காரின் சாவியை எடுத்துக் கொண்டான்.

ரூபலா பாய்ந்து வந்து விவேக்கின் தோளைப் பற்றினாள்.

"நானும் வரட்டுமா?"

"எதுக்கு..?"

"நீங்க வெளியே போயிட்டு வர்ற வரைக்கும் எனக்குத் தூக்கம் வராது."

விவேக், ரூபலாவின் சிறிய மூக்கை மெல்லச் சுண்டினான். "ஜி.ஹெச்ல கமிஷனர் எதுக்காக எனக்காக வெயிட் பண்ணிட்டிருக்கார்னு தெரியலை, அங்கே என்ன விவகாரம்னும் எனக்குத் தெரியாது..."

"நான் கார்லேயே உட்கார்ந்துக்கிறேன். நீங்க போய் கமிஷனரைப் பார்த்துட்டு வாங்க."

“லேட்டானாலும் கார்லேயே உட்கார்ந்துட்டிருக்கணும். அப்பறம் முனகக்கூடாது.”

“சரி....”

“அப்படின்னா கிளம்பு...”

“ரெண்டே நிமிஷம்...” வேறு புடவையை உடுத்திக்கொண்டு ரூபலா வாசலுக்கு வந்தாள். போர்டிகோவில் நீல நிற மாருதி - 1000 காத்திருந்தது. விவேக் அந்தக் காருக்கு வைத்திருக்கும் பெயர் ப்ளூ ஹார்ட்.

ப்ளூ ஹார்ட் உயிர்பிடித்துக் கொண்டு நகர்ந்து தெருவுக்கு வந்து வேகம் பிடித்தது. சோடியம் வேப்பர் விளக்குகள் மின்சாரம் சாப்பிட்டு, மாம்பழ நிற வெளிச்சத்தைக் கண்ணுக்கெட்டிய தூரம் வரைக்கும் வாரியிறைத்திருந்தது.

“என்னங்க...”

“ம்...”

“ஒரு பத்து நாள் லீவ் போடுங்களேன்.”

“எதுக்கு..?”

“எங்கேயாவது வெளியூர் போயிட்டு வரலாம்...”

“லீவெல்லாம் எடுக்க முடியாது. ஜனாதிபதி, பிரதமர்னு மாறிமாறி மெட்ராஸ்க்கு வந்துட்டு இருக்காங்க. பாதுகாப்புப் பணிகளைச் சரியாகச் செய்யலைன்னா.... புதிய பிரதமரையோ புதிய ஜனாதிபதியையோ தேர்ந்தெடுக்க வேண்டியதாயிடும். டெரரிஸ்ட்ஸைக்கூட நம்பலாம். ஆனா கும்பிடுபோடற அரசியல்வாதிங்களை நம்ப முடியலை.”

“சரி! ரெண்டு நாள் லீவு போடுங்க... பெங்களூருக்காவது போய்ப் பாரத்தைப் பார்த்துட்டு வரலாம்...”

“பதினைஞ்சு நாளைக்கு முன்னாடிதானே போயிட்டு வந்தோம்?”

“இதே மாசத்துல இனியொருவாட்டி போகக் கூடாதுன்னு ஏதாவது சட்டம் இருக்கா..? என்னதான் எங்கம்மா பாரத்தைப்

பிரியமாகப் பார்த்துக்கிட்டாலும் நீங்களும் நானும் அடிக்கடி போய் அவனைப் பார்த்தாதானே நம்ம மேலேயும் அவனுக்கு ஒரு ஒட்டுதல் வரும்...”

“சரி... அடுத்த வாரம் போகலாம்...”

“ப்ராமிஸ் பண்ணுங்க...”

“செத்துப் போன என் பாட்டி மேலேயும், உன் பாட்டி மேலேயும் சத்தியம், போதுமா..?”

“போதும்... போதும்...”

ப்ளூ ஹார்ட் அறுபதில் அளவாய் சீறி, ஆள் நடமாட்டம் இல்லாத ரோடுகளைத் தேய்த்து ஜி.ஹெச் வந்து சேர்ந்தபோது நேரம் 11.25.

ஹாஸ்பிடலின் முகப்புக்குள் நுழைந்து கேஸ்வாலிட்டி வார்டுக்கு முன்னால் போய் நின்றது.

அங்கு ஏற்கெனவே காத்துக் கொண்டிருந்த கமிஷனரின் பேட்ரோல் காரின் மண்டையில் சிவப்பு விளக்கு ஸ்லோமோஷனில் சுழன்று கொண்டிருந்தது.

விவேக் காரினின்றும் இறங்கினான்.

“ரூபி..! நீ கார்லேயே இரு...”

“லேட்டானா... வந்து சொல்லுங்க.”

“ம்...”

விவேக் பேண்ட் பாக்கெட்டுக்குள் கையை நுழைத்துக் கொண்டு வராந்தாவில் நடக்க ஆரம்பிக்க, கோகுல்நாத் எதிர்பட்டார்.

“வாங்க விவேக்...”

“கமிஷனர் எங்கே..?”

“டாக்டர்ஸ் செல்லுல உங்களுக்காக வெயிட் பண்ணிட்டிருக்கார்.”

விவேக் நடந்துகொண்டே கேட்டான்.

"என்ன விஷயம்..?"

"சரியாத் தெரியலை..! கமிஷனர் குழப்பத்துல இருக்கற மாதிரி தெரியுது."

இருவரும் நடந்தார்கள்.

டாக்டர்ஸ் செல் ட்யூப்லைட் வெளிச்சத்தோடு வந்தது. வெறுமனே சாத்தியிருந்த கதவைத் தட்டினான் விவேக்.

"டொக்... டொக்..."

"ப்ளீஸ்... கெட் இன்..."

விவேக்கும் கோகுல்நாத்தும் உள்ளே நுழைந்தார்கள். கமிஷனர் லாரன்ஸ், தன் மோவாயை இடதுகை விரல்களால் தாங்கிக் கொண்டு நாற்காலிக்குச் சாய்ந்திருந்தார். கண்ணாடி அணிந்த கண்களில் கனமான கவலை.

"வாங்க மிஸ்டர் விவேக்..." லாரன்ஸ் நாற்காலியைக் காட்டிவிட்டு மெல்லிய குரலில் சொன்னார். "ஸாரி.... இந்த ராத்திரி நேரத்துல உங்களுக்குத் தொல்லை தர்றேன்..."

"நோ ப்ராப்ளம் ஸார்... ரெண்டு மணிக்குக் குறைஞ்சு நான் தூங்கப் போனதே கிடையாது. இங்கே ஏதாவது பிரச்சனையா ஸார்..?"

"எஸ்... பிரச்சனைதான்..! கொஞ்சம் கான்ஃபிடென்ஷியல்..."

"மிஸ்டர் கோகுல்நாத் என்னோட இங்கே இருக்கலாமா?

"ஷ்யூர்... நீங்க ரெண்டு பேருமே சேர்ந்து அந்தப் பிரச்சனையை டீல் பண்ணணுங்கிறது என்னோட தனிப்பட்ட விருப்பம்."

விவேக் குழப்பமாய் கமிஷனர் லாரன்ஸை ஏறிட்டான்.

"சொல்லுங்க ஸார்... என்ன ப்ராப்ளம்?"

"உங்களுக்கு ஹைகோர்ட் ஜட்ஜ் சாம்பசிவராவ் தெரியுமா?"

"பேப்பர்ல பேரைப் பார்த்திருக்கேன்... இதுவரைக்கும் நேர்ல பார்த்துப் பேசிப் பழக்கமில்லை."

“அவருக்கு ரெண்டு பொண்ணுங்க. மூத்தபொண்ணுக்குக் கல்யாணமாயிடுச்சு. ரெண்டாவது பொண்ணு காலேஜ்ல படிச்சிட்டிருக்கா. ஏதோ கேட்டரிங் டெக்னாலஜி கோர்ஸ்...”

விவேக், கமிஷனரையே பார்த்துக் கொண்டிருக்க - அவர் தொடர்ந்தார்.

“அந்தப் பொண்ணை ரெண்டு நாளாக் காணோம்...”

நிமிர்ந்து உட்கார்ந்தான் விவேக். லாரன்ஸ் ஒரு சின்னப் பெருமூச்சோடு தொடர்ந்தார்.

“அந்தப் பொண்ணைத் திங்கட்கிழமை சாயந்திரத்திலிருந்து காணலைன்னு ஜட்ஜ் சாம்பசிவராவ் என் வீட்டுக்கு வந்து, நேத்து காலையில தகவல் கொடுத்தார். முறைப்படி போலீஸில் புகார் கொடுத்தா... அது பேப்பர்வரைக்கும் போயிடும்னு ராவ் பயப்பட்டார். ரகசியமா விசாரணைப் பண்ணி பொண்ணைக் கண்டுபிடிச்சுத் தரச் சொல்லி கோரிக்கை வெச்சாரு..! காரணம் - கல்யாணமாக வேண்டிய பொண்ணு. பத்திரிக்கை, மீடியான்னு போச்சுன்னா பேரு சின்னாபின்னமாயிடும்னு கவலைப்பட்டாரு. அவர் சொன்ன கோரிக்கையை ஏத்துக்கிட்டு ரெண்டு நாளா ரகசியமான முறையில இன்வெஸ்டிகேஷனைப் பண்ணிட்டிருந்தேன். இன்னிக்கு புதன்கிழமை... அதுவும் ராத்திரி வேளை. ஆனா, இதுவரைக்கும் பொண்ணை ட்ரேஸ்-அவுட் பண்ண முடியலை...”

“பேர் என்ன ஸார்..?”

“நவநீதா.”

“ஏதாவது லவ்மேட்டராயிருந்து, யார் கூடவாவது போயிருக்கலாமே ஸார்..?”

“அந்தக் கோணத்தையும் விசாரிச்சுப் பார்த்தேன். நவநீதா கல்யாணம் பண்ணிக்கப் போறது தன் அத்தையோட பையனைத்தான். அவன் பேர் ப்ரிதிவிராஜ். எம்.பி.ஏ முடிச்சிட்டு, ஒரு பெரிய கம்பெனியில ஃபைவ் டிஜிட் சாலரில ஏ.ஓவா வேலை பார்க்கிறான். இது ரெண்டு

வீட்லையும் பேசி முடிச்சி எல்லார் சம்மதத்தோட நடக்கப் போற விஷயம். ஸோ, இதுல காதல் இல்லை...”

“இட்ஸ் ஓ.கே ஸார்..! பை த பை... இந்த ராத்திரி வேளையில் ஜி.ஹெச்சுக்கு என்னைக் கூப்பிட்டதுக்கும் ஜட்ஜோட பொண்ணு காணாமப் போனதுக்கும் ஏதாவது காரணம் இருக்கா..?”

“எஸ்...”

“மே ஐ நோ தட்...?”

“ஷ்யூர்...”

“என்ன..?”

“ஒரு டெட்பாடி கிடைச்சிருக்கு. அது நவநீதாவா இருக்கலாமோன்னு எனக்குச் சந்தேகம்.”

விவேக், வியப்பாய் அவரைப் பார்த்தான்.

“ஸார்... பொண்ணோட போட்டோ உங்ககிட்டே இருந்தா அதை வெச்சுப் பார்த்துக்க வேண்டியது தானே..?”

“பொண்ணோட போட்டோ என்கிட்டே இருக்கு. அவங்க அப்பா தந்த வீடியோ காஸ்ட்லேயும் அந்தப் பொண்ணு நவநீதாவைப் பார்த்திருக்கேன்.”

“பின்ன என்ன ஸார்..? டெட்பாடியைப் பார்த்ததுமே அது நவநீதாவா இல்லையான்னு தெரிஞ்சிருக்குமே...”

லாரன்ஸ் கனமான பெருமூச்சொன்றை விட்டபடி எழுந்தார்.

“மிஸ்டர் விவேக்... ப்ளீஸ் கம் வித் மீ. மார்ச்சுவரிக்கு வந்து நீங்களே அந்தப் பாடியைப் பாருங்க...”

அந்த மார்ச்சுவரியை நோக்கி நடக்க - விவேக்கும் கோகுல்நாத்தும் பின் தொடர்ந்தார்கள்.

இரண்டு நிமிஷ நடை.

மார்ச்சுவரி அறை, நாற்பது வாட்ஸ் பல்பின் பலஹீனமான வெளிச்சத்தோடு வந்தது.

காத்திருந்த மார்ச்சுவரி அட்டெண்டர். கையில் சாவிக் கொத்தோடு பவ்யமாய் கும்பிடு வைக்க, லாரன்ஸ் சொன்னார்.

"டோரை ஓப்பன் பண்ணு."

அவன் கதவில் தொங்கிய பூட்டுக்கு விடுதலை கொடுத்து, உள்ளே போய் ஒரு ஸ்விட்சைத் தட்டி ட்யூப்லைட்டுக்கு உயிர் தர - அது வெளிச்சத்தைச் சீராய் நிரப்பி வைத்தது.

லாரன்ஸ், விவேக், கோகுல்நாத் - மூன்று பேரும் உள்ளே நுழைந்தார்கள்.

குளிர்சாதனம் பொருத்தப்பட்ட அந்த அறைக்குள் அழுக்கான வெள்ளை விரிப்புகளால் போர்த்தப்பட்ட உடல்கள். நீட்டிய கால்களோடு விறைத்தபடி தெரிந்தன.

ஏர்-கண்டிஷனரின் ஜில்லிப்பையும் மீறிக் கொண்டு ஃபார்மலின் நாறியது.

லாரன்ஸ் நடந்து போய், துணி போர்த்தப்பட்டு இருந்த ஒரு உடலின் முன் நின்றார்.

அட்டெண்டரைப் பார்த்துச் சைகை காட்ட - துணி உருவப்பட்டது.

# 2

துணி உருவப்பட - உடல் பார்வைக்குக் கிடைத்தது.

விவேக் திடுக்கிட்டான். கண்கள் நடுக்கமாய்ப் பார்த்தது.

டேபிளின் மேல் கிடந்த அதை - உடல் என்று சொல்ல முடியாது.

தலை இல்லாமல் - இரண்டு கைகளும் கால்களும் வெட்டப்பட்ட நிலையில் - கழுத்து, மார்பு, வயிறு, தொடைப் பாகங்களோடு கூடிய ஒரு பெரிய சதைத் துண்டம் அது. ரத்தம் கோடு கோடாய் வழிந்து உறைந்து போயிருந்தது.

ஒரு பெண்ணின் உடல் என்பதைப் பெண்மையின் சின்னங்கள் தீர்மானமாய்க் காட்டிக் கொடுத்தன. வலது மார்பு சிதைக்கப்பட்டிருந்தது.

"ஹாரிபிள்!"

விவேக், நெற்றியைப் பிடித்துக்கொண்டான். லாரன்ஸ், அவனுடைய தோளைத் தொட்டார்.

"இப்போ சொல்லுங்க விவேக்... ஒரு பாடியோட ட்ரங்க் போர்ஷனை வெச்சுக்கிட்டு... எப்படி ஐடென்டிஃபை பண்றது..?"

"ஃபேமிலி மெம்பர்ஸைக் கூட்டிக்கிட்டு வந்து - குறிப்பா பொண்ணோட அம்மாவைக் கூட்டிக்கிட்டு வந்து காட்டினா அடையாளம் தெரியலாம்..."

“போலீஸ் டிபார்ட்மெண்ட்ல இருக்கிற நமக்கே இந்த உடலோட கோரத்தைக் கண்கொண்டு பார்க்க முடியலையே... பெத்தவங்களாலே இதைப் பார்க்க முடியுமா?”

“தென் வாட் இஸ் யுவர் ஆல்டர்நேடிவ் வே டு ஐடெண்டிஃபை த பாடி ஸார்...”

“அதை நீங்கதான் சொல்லணும் மிஸ்டர் விவேக்.”

“ஸார்... இந்தப் உடம்பைப் பார்த்தா செல்வச் செழிப்புல இருக்கற பொண்ணு மாதிரிதான் தெரியுது. நவநீதா இருக்கிற வீடியோ காஸ்ட்டையும் போட்டோக்களையும் நான் பார்க்கணும். உடம்போட உயரத்தையும் அகலத்தையும் டைமென்ஸன்ஸ் அசஸ் பண்ணின பின்னாடிதான் தீர்மானிக்க முடியும். எல்லாத்துக்கும் மேலா...”

“சொல்லுங்க விவேக்....”

“ஒரு அம்மாவுக்குத் தன் பொண்ணோட உடம்புல மச்சம் இல்ல தழும்பு எங்கெங்கே இருக்கும்னு தெரியும். அந்தத் தகவலை அவங்ககிட்டேயிருந்து வாங்கி, இந்தப் பாடியோட கம்பேர் பண்ணினா உண்மை தெரியலாம். இப்ப நாம பார்த்துட்டிருக்கிற உடம்புல - அதாவது, கிடைச்சிருக்கிற ட்ரங்க் போர்ஷன்ல எந்த விதமான மச்சங்களும் தழும்புகளும் இல்லை. ஒருவேளை நவநீதாவோட மார்புப் பகுதியில வயிறு - தொடைப்பகுதியில மச்சம், தழும்பு ஏதாவது இருக்குன்னு நிச்சயமாயிட்டா... இது நவநீதா இல்லைங்கிற முடிவுக்கு சுலபமாக வந்துடலாம்...”

கமிஷனர் லாரன்ஸ் தலையசைத்தார்.

“யூ ஆர் கரெக்ட் மிஸ்டர் விவேக். நாளைக்குக் காலையிலே ஒரு பெண் போலீஸ் இன்ஸ்பெக்டரை ஜட்ஜ் வீட்டுக்கு அனுப்பி... அவர் மனைவிகிட்டே மச்சம், தழும்பு சம்பந்தப்பட்ட விவரங்களைக் கேட்டுகிட்டு வந்துடலாம், அதுக்கு முன்னாடி வீடியோவிலும் போட்டோவிலும் நவநீதாவை நீங்க பாருங்க... பார்த்துட்டு உங்க வியூஸைச் சொல்லுங்க...”

“காஸெட், போட்டோவெல்லாம் இப்போ எங்கேயிருக்கு ஸார்..?”

“சீஃப் டாக்டர் ப்ரமோத்கிட்டே..! அவரோட க்வார்ட்டர்ஸ் ஹாஸ்பிடலுக்குப் பின்னாடிதான் இருக்கு. அங்கே போய் காஸெட்டைப் போட்டுப் பார்த்துடலாம்.”

மூன்று பேரும் மார்ச்சுவரியை விட்டு வெளியே வந்தார்கள். அட்டெண்டர் அறைக் கதவை இழுத்துப் பூட்டினார். லாரன்ஸ் அவனை எச்சரித்தார்: “தலையில்லாம வந்திருக்கிற அந்த டெட்பாடியைப் பத்தி இப்போதைக்கு விஷயம் வெளியே தெரியக்கூடாது.”

அவன் மார்புக்குக் குறுக்காய்க் கைகளைக் கட்டிக்கொண்டு பவ்யமாய்த் தலையாட்டினான்.

“தெரியாதுங்கய்யா...”

வராந்தாவில் நடக்கும்போது விவேக் கேட்டான். “இந்த டெட்பாடி எங்கே கிடைச்சது ஸார்?”

“மாம்பலம் ரயிலடிக்குப் பக்கத்துல ஒரு பழைய பாலம் இருக்கு... அந்தப் பாலத்துக்கு அடியில ஒரு சாக்குப் பையில பாடி கிடந்திருக்கு...”

“பார்த்துத் தகவல் கொடுத்தது யாரு..?”

“பாலத்துக்கு அடியில் கள்ளச்சாராய விற்பனை நடக்கறதா மாம்பலம் போலீஸ் இன்ஸ்பெக்டர் தன்ராஜுக்குத் தகவல் போயிருக்கு. அவரும் உடனே ரெண்டு கான்ஸ்டபிள்களைக் கூட்டிக்கிட்டு ஸ்பாட்டுக்குப் போயிருக்கிறார். பாலத்துக்கு அடியில் யாருமே இல்லை. இந்தச் சாக்கு மூட்டை மட்டும் இருந்திருக்கு, பிரிச்சுப் பார்த்திருக்காங்க. உள்ளே தலை, கை, கால்கள் இல்லாத டெட் பாடி. எனக்குத் தகவல் வந்தது. ஒரு பொண்ணோட டெட் பாடின்னு தெரிஞ்சதும்... எனக்குக் காணாமப் போன நவநீதாவோட ஞாபகம் வந்தது. ஒருவேளை அவளா இருக்கலாமோன்னு நினைச்சுப் பாடியை ஜி.ஹெச்சுக்குக்

கொண்டுவரச் சொல்லிட்டு பத்திரிகைக்காரங்களுக்கும் மீடியாவுக்கும் நியூஸை இப்போ தர வேண்டாம்னு இன்ஸ்ட்ரக்ட் பண்ணிட்டேன்...”

“சீஃப் டாக்டர் ப்ரமோத், பாடியைப் பார்த்துட்டு என்ன சொன்னார் ஸார்..?”

“கொலை செய்யப்பட்ட பொண்ணுக்கு வயது இருபத்தஞ்சுக்குள்ள இருக்கலாம். கோடுகள் விழாத மிருதுவான வயிறு. ஸோ, திருமணமாகாத கன்னிப் பொண்ணா இருக்கலாம். கொலை செய்யப்பட்டு இருபத்தி நாலு மணி நேரம் ஆகியிருக்கலாம்னார், டாக்டர் ப்ரமோத், நவநீதா இருந்த வீடியோ கேஸட்டை அவர் வீட்டு டெக்ல போட்டுப் பார்த்து இருக்காரு. அப்படியே புகைப்படங்களையும் ஒப்பிட்டுப் பார்த்துட்டாரு.”

“அவரோட ஸ்டேட்மெண்ட் என்ன..?”

“உடம்பு வாகை வெச்சுப் பார்க்கும் போது எழுபது சதவீதம் இந்த டெட்பாடி நவநீதாவாக இருக்க வாய்ப்பு இருக்குன்னு சொன்னார். அனாடமி ஸ்ட்ரக்சர் அந்த அளவுக்குப் பொருந்தியிருக்கிறதா ஸ்டேட்மெண்ட்”

மூன்று பேரும் வராந்தா வளைவைக் கடந்தபோது ஒரு நர்ஸ் எதிர்ப்பட... விவேக், அவளைக் கையமர்த்தி நிறுத்தினான்.

“சிஸ்டர்... ஒரு நிமிஷம்...” அவள் தயக்கமாய் நின்றாள்.

“நீங்க ஒரு உதவி செய்யணுமே சிஸ்டர்!”

“சொல்லுங்க ஸார்...”

“வெளியே என்னோட ப்ளூ கலர் மாருதி நிக்கும். அதுல என்னோட ஒய்ஃப் ரூபலா ஈஸ் வெயிட்டிங் ஃபார் மீ... கார்ல காத்திட்டிருக்க வேண்டாம்னு சொல்லி, உள்ளே கூட்டிட்டு வர முடியுமா?”

அவள் தலையாட்டிக் கொண்டிருக்க, கோகுல்நாத் குறுக்கிட்டார். “விவேக்! நீங்க கமிஷனரோட டாக்டர் ப்ரமோத்

வீட்டுக்குப் போயிட்டிருங்க. நான் ரூபலாவைக் கூட்டிக்கிட்டு டாக்டர் வீட்டுக்கு வந்துடறேன். ரூபலா தனியா கார்ல இருக்கிறதா நீங்க மொதல்லேயே சொல்லியிருந்தா நான் அப்பவே போய்க் கூட்டிட்டு வந்திருப்பேன்.”

கோகுல்நாத் கிளம்பினார்.

அவுட் பேஷன்ட் வார்டைக் கடந்து - வேக நடைபோட்டு ஹாஸ்பிடலுக்கு முன்புறமாய் இருந்த கார் பார்க்கிங்குக்கு வந்தார்.

இருட்டில் சில கார்கள் கரைந்து போய்த் தெரிந்தன, ‘ப்ளூ மாருதி எங்கே?’

பார்வையை வீசிக்கொண்டே கொட்டியிருந்த இருட்டில் நடந்தார். இருட்டு சில விநாடிகளிலேயே கண்களுக்குப் பழக்கமாகி விட்டதில், ப்ளூ நிற மாருதி பார்வைக்குக் கிடைத்தது.

வேகமாய் நெருங்கி...

திறந்திருந்த கார் ஜன்னலுக்குள்ளே தலையைத் தாழ்த்திப் பார்த்தார்.

காருக்குள் ரூபலா இல்லை.

கோகுல்நாத் லேசாய் ஆச்சரியப்பட்டுக்கொண்டு சுற்றும் முற்றும் பார்த்தார்.

ரூபலா பார்வைக்குக் கிடைக்கவில்லை.

# 3

வீடியோ கேஸட் டெக்குக்குள் திணிக்கப்பட்டிருக்க - டி.வியின் திரையில் ஒரு ஃபங்ஷனில் காட்சியளித்துக் கொண்டிருந்தாள் நவநீதா. சிவப்பு நிறச் சல்வார் கம்மீஸிலும் துப்பட்டாவிலும் அழகாகத் தெரிந்தாள். க்ளோஸப் ஷாட்களில் புன்னகைத்தாள்.

டி.விக்கு எதிரே மூன்று நாற்காலிகள் போடப்பட்டு... அதில் விவேக், கமிஷனர் லாரன்ஸ், டாக்டர் ப்ரமோத் சாய்ந்திருந்தார்கள்.

விவேக் கேட்டான்.

"இது என்ன ஃபங்ஷன்..?"

"நவநீதாவோட அக்கா காதம்பரிக்கு வளைகாப்பு ஃபங்ஷன்..."

"ஜட்ஜ் சாம்பசிவத்துக்கு எத்தனை டாட்டர்ஸ்?"

"ரெண்டே பேர்தான். காதம்பரி அண்ட் நவநீதா."

"சன்ஸ்..?"

"இல்லை..."

இப்போது டி.வி திரையில் பம்மிய வயிறோடு ஒரு பெண் நடைபோட்டு வர - லாரன்ஸ் சொன்னார்.

"ஷி ஈஸ் காதம்பரி..."

விவேக் டி.வி திரையையே பார்த்துக்கொண்டிருக்க, லாரன்ஸ் சொல்லிக்கொண்டே வந்தார்.

"அதோ... அந்த சந்தனநிறப் பட்டுப்புடவை கட்டிட்டிருக்கிற லேடிதான் ஜட்ஜ்ஜோட மனைவி. அந்த க்ரே நிற சஃபாரி சூட் யூத், காதம்பரியோட கணவன். எம்.பி.ஏ படிச்சுட்டு பெப்கோ எக்ஸ்போர்ட் கம்பெனியில எக்ஸிகியூட்டிவ் மேனேஜரா வொர்க் பண்றார்."

"அவங்களுக்குக் கல்யாணமாகி எத்தனை வருஷமாச்சு?"

"ரெண்டு வருஷம்."

"காதம்பரியோட ஹஸ்பெண்ட் பேர் என்ன?"

"ரிஷிக்குமார்..."

கேமிரா நிமிஷத்துக்கொரு தடவை ஹாலில் இருந்த கூட்டத்தில் நவநீதாவைத் தேடிப்பிடித்துக் காட்டியது. ஜட்ஜ் சாம்பசிவராவ், வருகிற உறவுக் கூட்டத்தைக் கைகூப்பி வரவேற்றுக் கொண்டிருந்தார்.

விவேக்கின் பார்வை இப்போது நவநீதாவின் மேல் அழுத்தமாய் விழுந்திருந்தது.

பத்து நிமிஷ நேரம் பார்த்துக் கொண்டிருந்தவன். டாக்டர் ப்ரமோத்திடம் திரும்பினான்.

"டாக்டர்! காஸெட்டைக் கொஞ்சம் ரீவைண்ட் பண்ணுங்க..."

பண்ணினார்.

ஒரு குறிப்பிட்ட கட்டத்துக்கு வந்ததும், "ஸ்டாப்!" என்றான்.

திரையில் காட்சி அசைந்தது.

"ஃப்ரீஸ் பண்ணுங்க, ப்ளீஸ்..."

ஃப்ரீஸ் செய்தார்.

டி.வி திரையில் இப்போது க்ளோஸப்பில் தன் முதுகைக் காட்டிக்கொண்டு, நவநீதா யாரிடமோ பேசிக் கொண்டிருந்தாள்.

லாரன்ஸ் கேட்டார்.

"விவேக்! இப்போது எதுக்காக ஃப்ரீஸ்?"

"நவநீதாவோட பிடரிப்பகுதியில் கீழே இருக்கிற முதுகுப் போர்ஷனைப் பார்த்தீங்களா..?"

"எஸ்... ஐயாம் ஸீயிங்..."

"அந்த முதுகுப் பரப்புல சின்னதா ஒரு தழும்பு தெரியுது. கேன் யூ ஸீ தட் ஸார்..?"

கமிஷனரும் டாக்டரும் ஒரே நேரத்தில் தலைகளை ஆட்டினார்கள். "எஸ்..."

"இந்தத் தழும்பு இப்போ மார்ச்சுவரியில் இருக்கற பாடியோட முதுகுல இருக்கான்னு பார்க்கணும்... தழும்பு இருந்தா அது நவநீதாவோடங்கிறதுனு கன்க்ளூஷனுக்கு வந்துடலாம்..."

டாக்டர் ப்ரமோத் வியப்போடு விவேக்கை ஏறிட்டார். "கிரேட் மிஸ்டர் விவேக்..! காஸெட்டைப் பார்க்கும்போது எனக்குக் கூட இது ஸ்ட்ரைக் ஆகலை. அனாடமி ஸ்ட்ரக்சரை மட்டும்தான் பார்த்தேன். ஒரு டாக்டரா நான் பார்த்த கோணத்துக்கும் ஒரு போலீஸ்மேனா நீங்க பார்த்த கோணத்துக்கும் நிறைய வித்தியாசம்."

லாரன்ஸ் எழுந்தார்.

"டாக்டர்... நீங்க இங்கேயே இருங்க. நானும் விவேக்கும் மறுபடியும் மார்ச்சுவரிக்குப் போய் காஸெட்ல இப்போ பார்த்த முதுகுத் தழும்பு அடையாளம் பாடியோட முதுகுல இருக்கான்னு பார்த்துட்டு வந்துடறோம்..."

"அப்படி முதுகுல தழும்பு இருக்கிற பட்சத்தில், நீங்க உடனடியா நவநீதாவோட பேரண்ட்ஸுக்குத் தகவல்கொடுத்து இங்கே வரவழைச்சுடுங்க மிஸ்டர் லாரன்ஸ்."

"எஸ்..! அடுத்தபடியா நாம பண்ணப் போற காரியம் அதுதான்...."

லாரன்ஸும் விவேக்கும் டாக்டரின் க்வார்ட்டர்ஸிலிருந்து வெளிப்பட்டார்கள்.

பனிபெய்கிற இருட்டில், மரங்களுக்கு நடுவில் உருவாகியிருந்த ஒற்றையடிப் பாதையில் நடைபோட்டு ஹாஸ்பிடலை நோக்கிப் போனார்கள்.

“விவேக்! அந்த டெட்பாடி நவநீதாவோடதா இருந்துட்டா ஜட்ஜ் ஃபேமிலியாலே அதைத் தாங்கிக்க முடியாது. விஷயத்தை ரொம்பவுமே சென்ஸ்பிள்ளா ஹாண்டில் பண்ணணும்...”

“ஸார்..! ஒரு பாடியைக் கண்டம்துண்டமா வெட்டாம, கை கால்களையும் தலையையும் நேர்த்தியாக் கொலையாளி வெட்டி எடுத்திருக்கிறதைப் பார்க்கறப்ப, திட்டம் போட்டு இதை வேணுமின்னே யாரோ பண்ணியிருக்கிற மாதிரி தோணுது. இதுல இன்னொரு விஷயம், கொலையாளி உடம்பை வெட்ட மின்சார ரம்பத்தைப் பயன்படுத்தியிருக்கலாம்...”

“எனக்கு இன்னொரு சந்தேகமும் இருக்கு விவேக்.”

“என்ன ஸார்..?”

“ஒருத்தன் மட்டும் இந்தக் கொலையைப் பண்ணியிருக்க வாய்ப்பில்லை. ரெண்டு மூணு பேர் சேர்ந்தும் பண்ணியிருக்கலாம்.”

“ஐ அக்ரி வித் யுவர் வியூ ஸார்.”

இருவரும் இப்போது ஹாஸ்பிடலுக்குள் நுழைந்து, மார்ச்சுவரி இருந்த திசையை நோக்கித் திரும்பினார்கள்.

கமிஷனர் கேட்டார்.

“விவேக்! உங்க மனைவியைக் கூட்டிக்கிட்டு வரப்போன மிஸ்டர் கோகுல்நாத்தை எங்கே இன்னும் காணோம்?”

விவேக் புன்னகைத்தான்.

“ரெண்டு பேருமே கொஞ்சம் அரட்டை டைப் ஸார். காரிலேயே உட்கார்ந்து பேசிட்டிருக்கலாம்...”

தூரத்தில் மார்ச்சுவரி அறை சோகை வெளிச்சத்தோடு தெரிய, அதை நோக்கி நடந்தார்கள்.

"ஸார்..."

பக்கவாட்டில் குரல் கேட்டது.

இருவரும் திரும்பினார்கள்

ஒரு நர்ஸ் நின்றிருந்தாள்.

"என்னம்மா...?" விவேக் கேட்டான்.

"ஸார்.. உங்களுக்குப் போன்..."

"யார்கிட்டேயிருந்து."

"தெரியலை ஸார்... டெலிபோன் ஆப்ரேட்டர் சொல்லி விட்டாங்க..."

# 4

'ஏபலா எங்கே..?'

கோகுல்நாத் சுற்றும்முற்றும் பார்த்துக்கொண்டே மெல்ல நடந்தார். தூரத்தில் கேட் வாட்ச்மேன் தலைக்கு மப்ளரைச் சுற்றிக்கொண்டு ஸ்டூலில் உட்கார்ந்தபடி தெரிய, கோகுல்நாத் குரல் கொடுத்துக் கையசைத்துக் கூப்பிட்டார்.

"இந்தாப்பா... இங்கே வா..."

வாட்ச்மேன் எழுந்து ஓடி வந்தான்.

கோகுல்நாத்தின் போலீஸ் யூனிஃபார்மைப் பார்த்ததும் மார்புக்குக் குறுக்காகக் கைகளைக் கட்டிக்கொண்டு பவ்யமானான்.

"ஸார்..."

"எந்தப் பொண்ணாவது இப்போ வெளியே போனதை நீ பார்த்தியா..?"

"இல்ல ஸார்... கேட் சாத்தியாச்சு, இந்தக் கேட் வழியாப் பத்துமணியிலிருந்து யாரும் வெளியே போயிருக்க முடியாது."

"வேற பக்கம் ஏதாவது வழியிருக்கா..?"

"நர்ஸ் க்வார்ட்டர்ஸ் பக்கமா ஓன் மேன் கேட் ஒண்ணு இருக்கு ஸார். அந்த வழியைப் பயன்படுத்தி நீங்க தேடற பொண்ணு வெளியே போயிருக்கலாம்..."

கோகுல்நாத், வாட்ச்மேன் கைகாட்டிய பக்கம் வேகவேகமாய் நடைபோட்டார்.

இரண்டு நிமிஷ நடையில் நர்ஸ் க்வார்ட்டர்ஸுக்குப் போகும் வழி வந்தது. விக்கெட் டோர் வைத்த கேட் தெரிந்தது.

உள்ளே நுழைந்தார்.

குறுகலான வழி ரோட்டுக்குக் கூட்டிக்கொண்டு போயிற்று. ரோட்டோரத்தில் ஒரு பேக்கரியும் எஸ்.டி.டி பூத்தும் உயிரோடு இருந்தது. எஸ்.டி.டி பூத் இளைஞன் வெளியே நின்றபடி யாரோ ஒரு நபரோடு பேசிக் கொண்டிருந்தான்.

"எல்லா மந்திரியும் இப்படிக் கைதாயிட்டே போனா, ஜெயில்ல இடம் இருக்குமா..?"

"புதுசா ஒண்ணு கட்ட வேண்டியதுதான். இனிமே நாட்ல கோயில், பள்ளிக்கூடம் கட்டறோமோ இல்லையோ... நிறைய ஜெயில்களைக் கட்டியாகணும் போலிருக்கு."

கோகுல்நாத் பக்கத்தில் வந்ததும் பேச்சை அவர்கள் நிறுத்திக்கொள்ள, அவர் கேட்டார்.

"இந்தப் பக்கமா லேடி யாராவது போனதைப் பார்த்தீங்களா..?"

பூத் இளைஞன் யோசித்தான். பின் சொன்னான். "ஆமா ஸார்... சிவப்பா ஒரு பொண்ணு பத்து நிமிஷத்துக்கு முந்தி இந்தப் பக்கமாகப் போனாங்க..."

கோகுல்நாத் யோசனையாய் நடந்தார்.

'ரூபலா எதற்காக ஹாஸ்பிடலை விட்டு வெளியே போயிருக்க முடியும்..?'

ரோடு வெறிச்சிட்டது.

சுற்றும் முற்றும் பார்த்தபடி சிறிது தூரம் நடந்தார். ரூபலா தட்டுப்படாமல் போகவே – மறுபடியும் ஹாஸ்பிடலை நோக்கித் திரும்பினார்.

கார் பார்க்கிங்கில் நின்றிருந்த மாருதிக்குப் பக்கத்தில் வந்து திரும்பவும் குனிந்து பார்த்தார் - ஒரு நம்பிக்கையோடு.

ரூபலா காருக்குள் இல்லை.

# 5

விவேக் டெலிபோன் ஆப்ரேட்டர் இருந்த அறைக்குள் நுழைய – அந்த இளைஞன் மேஜை மீது ஒருக்களித்திருந்த ரிஸீவரை எடுத்து நீட்டினான்.

விவேக் வாங்கி காதுக்குக் கொடுத்தான்.

அது 'கொர்ர்' என்றது.

"ரிஸீவரை வெச்சுட்டாங்க போலிருக்கே..?"

"லைன்ல வெயிட் பண்றதா சொன்னாங்க ஸார்."

"பேசினது யாரு..? ஆணா... பொண்ணா..?"

"ஆண் ஸார்..."

"பேரு..?"

"பொற்கைப் பாண்டியன்னு சொன்னாங்க ஸார்."

விவேக்கின் புருவங்கள் உயர்ந்தன.

"பொற்கைப் பாண்டியனா..?"

"ஆமா ஸார்."

"போன் பண்ணி அவன் என்ன சொன்னான்..?"

"க்ரைம் பிராஞ்ச் ஆபீஸர் விவேக் இப்போ ஜி.ஹெச்ல இருக்கார். அவர்கிட்டே கொஞ்சம் பேசணும்னு சொன்னான். லைன்ல வெயிட் பண்றீங்களான்னு கேட்டேன். சரின்னு சொன்னதும் நர்ஸ் மூலமா உங்களுக்குத் தகவல் கொடுத்தேன்."

விவேக் கையில் வைத்திருந்த ரிஸீவரைச் சாத்தினான்.

“கொஞ்சநேரம் வெயிட் பண்ணிப்பாருங்க ஸார். மறுபடியும் அந்த ஆள் போன் பண்ணலாம்...”

விவேக் அங்கேயிருந்த நாற்காலியில் சாய்ந்தான். ஒரு நிமிஷம். இரண்டு நிமிஷம். ஐந்து நிமிஷம்.

ஏழு...

பத்து... டெலிபோன் மௌனம் சாதித்துக் கொண்டிருக்க - விவேக் எழுந்தான்.

ஆப்ரேட்டரை ஏறிட்டபடி சொன்னான்.

“மறுபடியும் போன் வந்தா விஷயம் என்னன்னு கேட்டு வையுங்க...”

“சரி ஸார்...”

விவேக் திரும்பி நடந்தான். வழியிலேயே கமிஷனர் லாரன்ஸ் எதிர்ப்பட்டார். கேட்டார்.

“என்ன விவேக்... போன் யார் கிட்டேயிருந்து?”

“யாரோ பொற்கைப் பாண்டியனாம்...”

“பொற்கைப் பாண்டியனா..?”

“டெலிபோன் ஆப்ரேட்டர்கிட்ட அப்படித்தான் சொல்லியிருக்கான். நான் போய் போனை அட்டெண்ட் பண்றதுக்குள்ளே வெச்சுட்டான். மறுபடியும் போன் பண்ணலை. பத்து நிமிஷம் பார்த்துட்டு - நீங்க இங்கே வெயிட் பண்ணிட்டிருப்பீங்கன்னு வந்துட்டேன். வாங்க, மார்ச்சுவாரிக்குப் போய் பாடியை ஐடென்டிஃபை பண்ணலாம்...”

நடந்தார்கள்.

“போன் கால் வந்ததுக்கு ஏதோ காரணம் இருக்கு, விவேக்”

“சர்ட்டன்லி..! கோகுல்நாத் என்னோட ஒய்ஃபைக் கூட்டிட்டு வந்துட்டாரா ஸார்?”

"இல்லை. போன அவரையும் காணோம்."

"பொற்கைப் பாண்டியன்! பேர் வித்தியாசமா இருக்கு... யாராய் இருக்கும்..?"

விவேக் யோசனையோடு நடந்து மார்ச்சுவரியை நெருங்கினான்.

நடை சட்டென்று நின்றது.

மார்ச்சுவரியின் அறைக்கதவு விரியத் திறந்து கிடந்தது. வாசலில் மார்ச்சுவரி அட்டெண்டர் ரத்தம் மெழுகிய தலையோடு கண்கள் நிலை குத்தி இறந்து கிடந்தான்.

# 6

விவேக்கும் கமிஷனர் லாரன்ஸூம் பதட்டமாய் ஓடிப்போய் அட்டெண்டருக்குப் பக்கத்தில் குனிந்து உடம்பைப் புரட்டினார்கள்.

கழுத்தில் தேங்கியிருந்த ரத்தம் ஒரு பக்கமாய் ஸ்லோமோஷனில் சொட்டியது.

"விவேக்..! சம்பவம் இப்பத்தான் நடந்திருக்கு. ரத்தம் உறையக்கூட இல்லை..."

"மார்ச்சுவரிக்குள்ளே புகையற மாதிரி இருக்கு, ஏதோ சதை கருகுற வாசமும் வருது ஸார்..."

அட்டெண்டரை ஓரமாய் இழுத்துப்போட்டு விட்டு விவேக்கும் லாரன்ஸூம் மார்ச்சுவரிக்குள் நுழைந்தார்கள்.

திடுக்கிட்டார்கள்.

எல்லா உடல்களும் அப்படியே இருக்க... தலை, கை, கால்கள், வெட்டப்பட்ட பெண்ணின் உடம்பு மட்டும் மெலிதான தீ ஜுவாலைகளோடு எரிந்து கொண்டிருந்தது.

அறை முழுவதும் சதை பொசுங்கும் நாற்றம் நுரையீரல்களை அடைத்தது.

விவேக் கர்ச்சீப்பால் மூக்கைப் பொத்திக்கொண்டு ஓடிப்போய்ப் பக்கத்து உடலின்மேல் இருந்த போர்வையை உருவி, எரிந்துகொண்டிருந்த உடலின்மேல் போட்டு அணைத்தான்.

தீயின் நாக்குகள் உடனே காணாமல் போக... அப்போது புகை மட்டும் எழுந்து கொண்டிருந்தது.

“யாரோ பாடியை எரிச்சுச் சாம்பலாக்க முயற்சி பண்ணியிருக்காங்க ஸார். நாம மார்ச்சுவரிக்கு செக்யூரிட்டியைப் போடாம விட்டது தப்பாப் போச்சு. டாக்டர் வீட்டுக்குப் போயிருந்த நேரத்துல யாரோ இங்கேயிருக்கிற அட்டெண்டரைத் தாக்கிக் கொலை பண்ணிட்டு, கதவை ஓப்பன் பண்ணி பாடி மேலே பெட்ரோலை ஊத்தி நெருப்பு வெச்சிருக்காங்க.”

லாரன்ஸ் வியர்த்துப் போயிருந்தார்.

“இந்த இன்வெஸ்டிகேஷனை ரகசியமாகப் பண்ண நினைச்சேன். அது இப்படியொரு விபரீதத்துக்குக் கொண்டு போய்விடும்னு நான் நினைச்சுக்கூடப் பார்க்கலை... பாடியை நாம ஐடென்டிஃபை பண்ணிடக்கூடாதுன்னு யாரோ இந்தக் காரியத்தைப் பண்ணியிருக்காங்க...”

விவேக் பொசுங்கிப் போன உடலின் மேல் இருந்த துணியை எடுத்தான்.

நாற்றம் குடல் வரைக்கும் இறங்கி நெம்பியது.

தலை, கை, கால்கள் இல்லாத அந்த உடம்பு... இப்போது ஒரே சதைக்கோளமாய்க் கரிக்கட்டையாய்க் காட்சியளித்தது, இருதயத்தை அசைத்துப் பார்த்தது. ஆணா பெண்ணா என்று கண்டுபிடிக்க முடியாத அளவுக்கு உருமாறிப் போயிருந்தது.

“விவேக்...” பின்பக்கமாய்ப் பதட்டமாய் குரல் கேட்டுத் திரும்ப...

கோகுல்நாத் நின்றிருந்தார்.

அதே பதட்டமாய்க் கேட்டார்.

“விவேக்... என்னாச்சு... இங்கே என்ன நடந்தது..?”

“எதுவுமே புரியலை கோகுல்நாத்... மார்ச்சுவரிக்கு வர்றதுக்கு முன்னாடி யாரோ போன் பண்ணினதாகத் தகவல்

வந்தது. போய்ப் பார்த்துட்டு வர்றதுக்குள்ளே இந்த விபரீதம், ஆமா, ரூபலா எங்கே?"

"ரூபலா கார்லே இல்லை விவேக்... விசாரிச்சதுல ஹாஸ்பிடலுக்கு வெளியே போனதா தகவல்..."

விவேக் நிமிர்ந்தான்.

"வெளியே போனாளா..? எதுக்கு..?"

"தெரியலை. டெலிபோன் பூக்காரன் சொன்னதைக் கேட்டு நானும் கொஞ்ச தூரம் வெளியே போய்ப் பார்த்தேன். ரூபலா என்னோட பார்வைக்குத் தட்டுப்படலை, சரி, இதைப்பத்தி உங்ககிட்டே சொல்லலாம்னு வேக வேகமாக வந்தேன். பட், இங்கே நடந்து இருக்கிற சம்பவங்களைப் பார்க்கும் போது பெரிய அதிர்ச்சியா இருக்கு..."

விவேக், தன் வியர்த்துப் போயிருந்த முகத்தை இரண்டு கைகளாலும் வழித்துக் கொண்டே சொன்னான்.

"ரூபலா காரணம் இல்லாம வெளியே போயிருக்கமாட்டா! கோகுல்நாத், நீங்க இங்கேயிருந்து போலீஸ் ஃபார்மாலிட்டீஸைக் கொஞ்சம் கவனியுங்க... நான் இப்போ வந்துடறேன்."

விவேக், கமிஷனரிடம் சொல்லிக் கொண்டு வெளியே வந்தான். மார்ச்சுவரி அட்டெண்டர் இன்னமும் அதே கோலத்தில் தெரிய - விவேக் கலக்கமாய் நடந்தான்.

'இங்கே ஹாஸ்பிடலுக்கு வந்த ஒரு மணி நேரத்துக்குள் எவ்வளவு சம்பவங்கள்..!'

'காரில் உட்கார்ந்திருக்க வேண்டிய ரூபலா எங்கோ வெளியே போயிருக்கிறாள்!'

'டெலிபோனில் பொற்கைப் பாண்டியன் என்று யாரோ ஒருவனின் அழைப்பு!'

'அந்த உடல் நவநீதாதானா என்று உறுதிசெய்யப் போனால், மார்ச்சுவரி அட்டெண்டர் கொலை..!'

யோசனை செய்தபடியே நடந்த விவேக், வேகவேகமாய் வெளியே வந்து, கார் பார்க்கிங்கைத் தொட்டான்.

தன்னுடைய நீலநிற மாருதிக்குள் எட்டிப் பார்த்தான்.

ரூபலா இல்லை.

சுற்றிலும் கொட்டியிருந்த இருட்டை இரண்டு நிமிஷ நேரம் கண்களால் துழாவிப் பார்த்த விவேக், காருக்குள் உட்கார்ந்து இக்னீஷியனை உசுப்பி, காரை நகர்த்தி காம்பவுண்ட் கேட்டுக்கு வந்தான்.

ஓரமாய் ஸ்டூலில் உட்கார்ந்திருந்த வாட்ச்மேன் ஓடிவந்து கதவைத் திறந்து விட சாலைக்கு வந்தான்.

சாலை வெறிச்சோடிப் போயிருக்க - காரை மெதுவாய் ஓட்டியபடி இரண்டு பக்க ப்ளாட்பாரங்களில் பார்வையைப் போட்டான்.

'ரூபலா எதற்காக ஹாஸ்பிடலைவிட்டு வெளியே போயிருப்பாள்...?'

'என்னிடம் சொல்லிக் கொள்ளக்கூட நேரம் இல்லாமல், அப்படியென்ன அவசர வேலை..?'

'ஏதாவது ஆபத்தில் மாட்டிக்கொண்டு விட்டாளோ?'

கார் ஒரு இரண்டு நிமிஷ நேரம் ஓடி ஒரு ரோட்டின் வளைவில் திரும்பியபோது - வெளிச்சமாய் ஒரு பேக்கரி டீ ஸ்டால் பார்வைக்குக் கிடைக்க, ப்ரேக்கைத் தட்டென்று அழுத்தினான் விவேக்.

பேக்கரியின் உள்ளே....

ரூபலா தெரிந்தாள்.

அவளுடைய அழகிய முகத்தில் நிறையக் கலவரம்.

# 7

விவேக் காரை ரோட்டோரமாய் - அவசர அவசரமாய் ஒதுக்கி நிறுத்திவிட்டுப் பேக்கரிக்குள் நுழைந்தான். கூட்டமில்லாத பேக்கரி... கல்லாவில் மட்டும் ஒரு ஆண்.

“ரூபலா...” விவேக் வேகமாய் அழைக்க சட்டென்று திரும்பினாள்.

ரோஜா நிற ரூபலாவின் முகம் பூராவும் பொடிப் பொடியாக வியர்வை, வேகமாய் வந்து விவேக்கின் கைகளைப் பற்றிக் கொண்டாள்.

“உங்களுக்குப் போன் பண்ணத்தான் இந்தப் பேக்கரிக்குள்ளே நுழைஞ்சேன். ஜி.ஹெச் போன் நெம்பர் தெரியாததாலே கொஞ்சம் குழப்பம்.”

“சரி ரூபி... நீ எதுக்காக ஹாஸ்பிடலை விட்டு வெளியே வந்தே..?”

“வாங்க சொல்றேன்..!”

கல்லாவில் இருந்த ஆள் திகைப்பாய்ப் பார்ப்பதையும் பொருட்படுத்தாமல், பேக்கரியினின்றும் வெளிப்பட்டாள் ரூபலா.

இருவரும் கடையிலிருந்து சற்றுத் தள்ளி நின்று கொண்டார்கள்.

“சொல்லு ரூபி... என்ன நடந்தது?”

“ஹாஸ்பிடலிலிருந்து ஒரு ஆளை ஃபாலோ பண்ணிட்டு வந்தேன்.”

"யாரவன்..?"

"தெரியலை..."

"அது சரி... நீ எதுக்காக ஃபாலோ பண்ணிட்டு வந்தே..?"

"நீங்க என்னைக் காருக்குள்ளே விட்டுட்டு ஹாஸ்பிடலுக்குள்ளே போனதும் கொஞ்ச நேரம் கழிச்சு ஒரு ஆள், முகப்பு ஜன்னல் பக்கமா வந்து நின்னு உள்ளே எட்டி எட்டிப் பார்த்துக்கிட்டிருந்தான். எதுக்காக இப்படி எட்டி எட்டிப் பார்க்கிறான்னு நான் அவனையே வாட்ச் பண்ண ஆரம்பிச்சேன். ஒரு ரெண்டு நிமிஷம் ஜன்னல்கிட்டே நின்னுட்டிருந்தவன். அதுக்கப்புறம் ஹாஸ்பிடலைச் சுத்திக்கிட்டு பின்பக்கமாகப் போனான். நானும் அவனை ஃபாலோ பண்ணிப் போனேன். ஆனா, அதுக்குள்ளே இருட்டுல மறைஞ்சுட்டான். எந்தப் பக்கம் போனான்னு என்னால கண்டுபிடிக்க முடியலை.

ஒரு அஞ்சு நிமிஷ நேரம் திணறிட்டிருந்தப்ப மறுபடியும் அவன் பார்வைக்குக் கிடைச்சான். இந்தத் தடவை அவனோட நடையில நிதானம் இல்லை...ஏறக்குறைய ஓடி வந்தான். முகம் பூராவும் வியர்வை. என்னமோ தப்பு பண்ணிட்டு ஓடி வர்ற மாதிரி என் மனசுக்குப் பட்டது. ஃபாலோ பண்ணினேன். அவன் ஹாஸ்பிடலுக்கு வெளியே வந்தான். நானும் வந்தேன். அவன் இந்த பேக்கரி வரைக்கும் நடந்து வந்து, அதோ அந்த மரத்துக்குக் கீழே நிறுத்தியிருந்த பைக்கை எடுத்துக்கிட்டு கண்ணிமைக்கிற நேரத்துல கிளம்பிட்டான்."

"பைக் நெம்பரைப் பார்த்தியா?"

"பார்க்க முயற்சி பண்ணினேன். இருட்டுல தெரியலை."

"தப்பு பண்ணிட்டே ரூபி... ஹாஸ்பிடலுக்குள்ளேயே குரல் கொடுத்து. யாரையாவது கூப்பிட்டு அவனை மடக்கியிருக்கணும்..."

"அப்படிப் பண்ணப் பயமாயிருந்தது. கையில ஏதாவது ஆயுதம் வெச்சிருப்பானோன்னு பயந்துட்டேன்..."

“சரி... ஆள் எப்படியிருந்தான்...?”

“வயசு முப்பது இருக்கலாம், வாட்டசாட்டமா உயரமா இருந்தான். முகத்துல யோக்கியமான களை இல்லை... கறுப்பு பேண்ட், க்ரே சர்ட்”

“ரூபி... அவன் ஹாஸ்பிடலுக்குள்ளே வந்து ஒரு கொலையைப் பண்ணிட்டுப் போயிருக்கான்.”

ரூபலாவின் பெரிய விழிகள் திறந்தன.

“கொ... கொலையா..?”

“ம்..! மார்ச்சுவரி அட்டெண்டரைக் கொலை பண்ணி, உள்ளே இருந்த ஒரு பொண்ணோட டெட்பாடியைப் பெட்ரோல் ஊத்தி எரிச்சிருக்கான். பைக்கை எந்தப் பக்கமாக விரட்டிக்கிட்டுப் போனான்..?”

“வலது பக்கம்...”

“அது என்ன பைக்..?”

“ஆர்.எக்ஸ்... மாதிரி இருந்தது. பட் அதுவான்னு நிச்சயமாத் தெரியாது...”

விவேக் மறுபடியும் ரூபலாவைக் கூட்டிக்கொண்டு பேக்கரிக்கு வந்தான். கடைக்காரனிடம் சொல்லிக்கொண்டு போனைத் தொட்டு, போலீஸ் கண்ட்ரோல் அறையைத் தொடர்புகொண்டு பேசினான்.

“சிட்டிக்குள்ளே பைக்ல யார் போனாலும் சரி... மடக்கி அந்தந்த ஸ்டேஷனுக்குக் கொண்டு போகச் சொல்லுங்க... சொல்ற அடையாளங்களை நோட் பண்ணிக்கோங்க... கருப்பு பேண்ட்,க்ரே ஷர்ட், வயசு முப்பது இருக்கலாம், வாட்ட சாட்டமான உடம்பு, நல்ல உயரம். எல்லா பவுண்டரி செக்போஸ்ட்ஸுக்கும் தகவல் அனுப்பிடுங்க.”

“..............”

“ஆள் தப்பிச்சுப் போய் அரைமணி நேரம் இருக்கலாம்.”

"..................."

"விடியறதுக்குள்ளே ஆளைப் பிடிச்சாகணும்..."

# 8

விவேக், ரூபலாவை அழைத்துக்கொண்டு ஹாஸ்பிடலுக்கு வந்தபோது, வந்த போலீஸ் அதிகாரிகள் நான்கைந்து பேர் புதிதாக முளைத்திருந்தார்கள். நைட் ட்யூட்டியில் இருந்த டாக்டர்களும் நர்ஸ்களும் வராந்தாவின் மூலைகளில் கவலையாய்த் தெரிந்தார்கள்.

கமிஷனர் லாரன்ஸும் கோகுல்நாத்தும் எதிர்கொண்டார்கள். லாரன்ஸ் கேட்டார்,

"வாட் ஹேப்பண்ட். விவேக்..?"

"கொலையாளியை ரூபலா பார்த்திருக்கா ஸார். அவனை ஃபாலோ பண்ணியும் போயிருக்கா, பட் ஹி எஸ்கேப்ட்... பைக்ல ஏறிப் போயிட்டான்."

"திஸ் ஈஸ் ஹைலி அன்ஃபார்ச்சுனேட்..."

"ஸார், ஒரு நிமிஷம்... இப்போ வந்துடறேன். ரூபலா..! நீ அந்தக் கொலையாளியைப் பத்தி கமிஷனர்கிட்டே சொல்லிட்டிரு..! கோகுல்நாத், நீங்க என் கூட வாங்க... ப்ளீஸ்..."

விவேக் நடக்க ஆரம்பித்துவிட - கோகுல்நாத் குழப்பமாய்த் தொடர்ந்தார். கேட்டார்.

"விவேக், இப்போ எங்கே போறோம்?"

"எனக்குப் போன் பண்ணிப் பேசின அந்தப் பொற்கைப் பாண்டியனைப் பத்தி விசாரிக்கப் போறோம்..."

"யார் கிட்டே..?"

"டெலிபோன் ஆப்ரேட்டர்கிட்டே."

"அவன் மறுபடியும் போன் பண்ணியிருப்பான்னு நினைக்கறீங்களா..?"

"கேட்டுப் பார்க்கலாம், வாங்க..."

வேகமான நடையில் டெலிபோன் ஆப்ரேட்டர் அறையைத் தொட்டார்கள். ஆப்ரேட்டர் இளைஞன் அவர்களைப் பார்த்ததும் எழுந்து நிற்க - விவேக் கேட்டான்.

"பொற்கைப் பாண்டியன் கிட்டேயிருந்து போன் வந்ததா?"

"இல்ல ஸார்..."

"அவன் முதல் தடவை போன் பண்ணிப் பேசும்போது என்ன சொன்னான்..?"

"மிஸ்டர் விவேக்கிட்டே பேசணும். ரொம்பவும் அவசரமான விஷயம், கூப்பிட முடியுமான்னு கேட்டான். லைன்ல வெயிட் பண்ணுங்கன்னு சொல்லிட்டு, உங்களுக்குத் தகவல் கொடுக்கும்படி நர்ஸ் மூலமாச் சொல்லி விட்டேன்."

"உன் பேர் என்ன..?"

"புவனேந்திரன் ஸார்..."

"இங்கே எத்தனை வருஷமா ஓர்க் பண்றே..?"

"ஆறு வருஷமா ஸார்..."

"புவனேந்திரன்! எனக்கொரு சின்ன சந்தேகம். க்ளியர் பண்ண முடியுமா..?"

"கேளுங்க ஸார்..."

விவேக் பக்கவாட்டில் திரும்பி சுவரில் பொருத்தியிருந்த ஒரு மின்னணு கருவியைக் காட்டிக் கேட்டான்.

"இது இண்டிகேஷன் சர்க்யூட்தானே?"

"ஆமா ஸார்..."

"இதனோட வேலை என்ன?"

"இந்த ஹாஸ்பிடலுக்கு இன் கமிங் கால்ஸ் வரும்போது ஒரு சிவப்புப் புள்ளி எரியும்..."

"அதாவது வெளியேயிருந்து கால் வந்தா நாம ரிஸீவரை எடுத்துப் பேசிட்டு வைக்கிற வரைக்கும் எரியும்..."

"ஆமா ஸார்..."

"வெளியேயிருந்து பேசறவங்க ஒருவேளை டிஸ்கனெக்ட் பண்ணிட்டாகூட நாம ரிஸீவரை வைக்கிற வரைக்கும் இந்த இண்டிகேஷன் சர்க்யூட்ல சிவப்பு புள்ளி எரிஞ்சுட்டுத்தான் இருக்கும்... இல்லையா?"

"ஆ... ஆமா... ஸார்..."

"எனக்கு அந்தப் பொற்கைப் பாண்டியன் போன் பண்ணினப்பவும் இண்டிகேஷன் சர்க்யூட்ல சிவப்புப் புள்ளி எரிஞ்சிருக்கும் இல்லையா..?"

"க... கண்டிப்பா ஸார்..."

"நான் போனை அட்டென்ட் பண்ண வரும்போது, ரிஸீவர் டேபிள் மேலே தனியா இருந்தது இல்லையா?"

"ஆ... ஆமா... ஸார்..."

"பொற்கைப் பாண்டியன் மறுமுனையில ரிஸீவரை வெச்சுட்டாலும் இங்கே லைன் கட் செய்யப்படாததால இண்டிகேஷன் சர்க்யூட்ல சிவப்புப் புள்ளி எரிஞ்சுட்டுத்தான் இருக்கும் இல்லையா?"

"ஆ... ஆமா... ஸார்..."

விவேக் ஆப்ரேட்டரைப் பார்த்துப் புன்னகைத்தான். "நான் வந்து ரிஸீவரை எடுக்கும்போது இண்டிகேஷன் சர்க்யூட்ல சிவப்புப் புள்ளி எரியாம இருந்ததே... அது ஏன்..?"

ஆப்ரேட்டரின் முகம் அப்போது வியர்வையில் இருந்தது. பதட்டமாய்க் குறுக்கிட்டான்.

"இல்ல ஸார்..! சிவப்புப்புள்ளி எரிஞ்சுட்டுத்தான் இருந்தது."

விவேக் அவனைக் கையமர்த்தினான். "இதோ பார்... ஒரு சாதாரண மனுஷனுக்கும் ஒரு போலீஸ் ஆபிஸர்க்கும் என்ன வித்தியாசம் தெரியுமா..? எங்களுக்கு நாலு கண்கள். நான் ரிஸீவரை எடுத்துக் காதுல வெச்சப்ப கொர்னு சத்தம் கேட்டது. நான் உடனே இண்டிகேஷன் சர்க்யூட்டில் சிவப்புப் புள்ளி எரியுதான்னு பார்த்தேன். எரியலை. ஸோ... போன் கால் எதுவும் வெளியிலிருந்து எனக்கு வரலைன்னு புரிஞ்சுக்கிட்டேன். வெறும் ரிஸீவரை நீயே எடுத்துக் கீழே வெச்சுட்டு, பொற்கைப் பாண்டியன்னு யாரோ ஒருத்தன் என்னைக் கேட்டு போன் பண்ணினதா - நானும் கமிஷனரும் மார்ச்சுவரிக்குப் போற நேரம் பார்த்து நர்ஸ்கிட்டே சொல்லி விட்டிருக்கே... சரியா..?"

"இ... இல்ல ஸார்..." அவன் சொல்லி முடிக்கவில்லை... கோகுல்நாத்தின் வலதுகை சவுக்கடியாய்ச் சுழன்று டெலிபோன் ஆப்ரேட்டரின் இடது கன்னத்தைப் பதம் பார்த்தது.

"ஸா... ஸார்..."

கோகுல்நாத் அவனுடைய தலைமுடியைக் கொத்தாய்ப் பற்றினார்.

"உண்மையை நீ இப்போ சொல்லலை... நான் என்னோட பெல்ட்டைக் கழட்ட வேண்டியிருக்கும்..."

"ஸா... ஸார்... போன் வந்தது உண்மை ஸார்."

கோகுல்நாத் தன் இடுப்புப் பெல்ட்டை அவிழ்த்துக் கொண்டார்.

"இந்தப் பெல்ட் இப்போ உன்னை உண்மை பேச வைக்கும்..."

"வே... வேண்டாம்... ஸ்... ஸார்..!"

"உனக்கு பெல்ட் அடி வேண்டாம்னா, மரியாதையா உண்மையைச் சொல்லிடு..."

"நீ... நிஜமாவே போ... போன் வந்தது ஸார்..."

கோகுல்நாத்தின் கையில் இருந்த பித்தளைப் பக்கிள்ஸுடன் கூடிய பெல்ட், காற்றில் சீறி டெலிபோன் ஆப்ரேட்டரின் முதுகை ஒரு வீறு வீறியது.

"அய்...யோ... அம்மா... ஆ..!" சட்டை கிழிந்து, தோள்பட்டையிலிருந்து ரத்தம் தெறித்தது.

"ம்... சொல்லு..."

"சொ... சொல்லிடறேன்... ஸ்... ஸார்..."

கை கூப்பினான்.

"ம்... சொல்லு..." விவேக் அவனுடைய முகத்தை நிமிர்த்தினான்.

"எனக்கு உண்மையிலேயே போன் வந்ததா?"

"வ... வ... வரலை... ஸார்..." கண்கள் கோகுல்நாத்தின் கையிலிருந்த பெல்ட்டையே பயமாய்ப் பார்த்துக் கொண்டிருக்க, வாய் தன்னிச்சையாய்ச் சொல்லியது.

"அப்படீன்னா... பொற்கைப் பாண்டியன்னு ஒருத்தன் இல்லை..?"

"இ... இல்லை ஸார்..."

"அது நீயாச் சொன்ன ஒரு கற்பனைப் பேர்?"

"ஆ... ஆமா ஸார்..."

"எதுக்காக அந்தப் பொய்..?"

"ஸா...ஸார்... பணத்துக்கு ஆசைப்பட்டு இந்தக் காரியத்தைப் பண்ணிட்டேன். இதுக்கெல்லாம் காரணம் என்னோட ஃப்ரெண்ட் தியாகுதான் ஸார். மார்ச்சுவரிக்கு வந்திருக்கிற ஒரு பொண்ணோட பாடியை போஸ்ட் மார்ட்டம் செய்யறதுக்கு முந்தி பெட்ரோல் ஊத்தி எரிச்சுடணும் - அதுக்கு நீ உதவி பண்றியான்னு என்கிட்டே கேட்டான். நான் மாட்டேன்னு சொன்னேன்... அவன் கேட்கலை, பத்தாயிரம் ரூபாய் தர்றேன்னு சொல்லி என் கையிலே திணிச்சான்.

பணத்தைப் பார்த்ததுமே மனசு மாறிட்டேன். பதினொரு மணிக்கு அவனை ஹாஸ்பிடலுக்கு வரச் சொன்னேன். அவனும் வந்தான். அந்த நேரத்துல போலீஸ் கமிஷனரும் நீங்களும் இங்கே இருந்தீங்க...”

டெலிபோன் ஆப்ரெட்டர் பேச்சை நிறுத்த, கோகுல்நாத் அவனுடைய தோளை இடித்தார்.

“ம்... சொல்லு...”

“தியாகு மார்ச்சுவரியில காரியத்தை முடிக்கிறதுக்காகப் போயிருந்தப்ப, கமிஷனரும் விவேக் ஸார் எல்லாரும் டாக்டர் ப்ரமோத்தோட குவார்ட்டர்ஸை விட்டு வெளியே வந்தாங்க. ரெண்டு பேரும் இப்போ மார்ச்சுவரிக்குப் போனா தியாகு மாட்டிக்குவானோங்கிற பயத்துல போன் இவரை எடுத்துக் கீழே வெச்சுட்டு, விவேக் ஸாருக்குப் போன் வந்திருக்கிறதா நர்ஸ் மூலமா சொல்லி விட்டேன்.”

“அதாவது... நேரத்தைப் போக்கறதுக்காக நீ பண்ணின காரியம் இது..?”

“ஆமா ஸார். ஆனா, தியாகு மார்ச்சுவரி அட்டெண்டரைக் கொலை செய்யற அளவுக்குப் போவான்னு நினைக்கலை. ‘அந்த அட்டெண்டரையும் பணத்தைக் காட்டி நான் சரிப்படுத்திடறேன்’னுதான் என்கிட்டே சொன்னான்...”

“அவன் எங்கே இருக்கான்..?”

“ராயப்பேட்டை லாயிட்ஸ் ரோட்ல அவனுக்கு வீடு ஸார்...”

“என்ன வேலை அவனுக்கு..?”

“அது... வந்து...”

“ம்... சொல்லு...”

“அவன் ஒரு அடியாள் மாதிரி ஸார்... பணத்தைக் கொடுத்தாப் போதும், எந்தக் காரியத்தையும் பண்ணுவான்....”

“சரி... அந்தப் பொண்ணோட டெட்பாடியை நீ பார்த்தியா?”

“இல்லை ஸார்...”

“அந்தப் பொண்ணு யாருன்னாவது தெரியுமா..?”

“அதுவும் எனக்குத் தெரியாது ஸார்... தியாகு வந்து மார்ச்சுவரியில இருக்கிற ஒரு டெட் பாடியை பெட்ரோல் ஊத்தி எரிச்சு அடையாளம் தெரியாதபடிக்கு அழிக்கணும்னு சொன்னான். அந்தப் பொண்ணு யாரு, எதுக்காகக் கொலை செய்யப்பட்டாங்கிற விஷயம் எல்லாம் எனக்குத் தெரியாது ஸார்...”

“தியாகு எப்படியிருப்பான்..?”

“வாட்டசாட்டமா... உயரமா...”

“வா...வந்து அவனோட வீட்டைக் காமி...” டெலிபோன் ஆப்ரேட்டரை இழுத்துக்கொண்டு ஹாஸ்பிடலின் வாசலில் இருந்த ஜீப்பை நோக்கிப் போனார்கள் விவேக்கும் கோகுல்நாத்தும்.

# 9

நள்ளிரவு மணி 10.59 ராயப்பேட்டை லாயிட்ஸ் ரோடு, சின்னச் சின்ன நாய்க் குரைப்புச் சத்தங்களோடு மின்சாரம் தவறிப்போன தார் இருட்டில் இருந்தது.

விவேக்குக்கும் கோகுல்நாத்துக்கும் மத்தியில் டெலிபோன் ஆப்ரேட்டர் வியர்த்துக் கறுத்த முகத்தோடு உட்கார்ந்திருந்தான்.

ஜீப் போய்க் கொண்டிருந்தது.

“எந்த வீடு..?”

“இன்னும் போகணும் ஸார்...”

“தியாகுவுக்கு அம்மா, அப்பா இருக்காங்களா..?”

“இல்ல ஸார்... அவன் ஒண்டிக்கட்டை.”

“இதுக்கு முந்தி அவனுக்குச் சட்டவிரோதமா எந்த வகையிலாவது உதவி பண்ணியிருக்கியா..?”

“இல்ல ஸார்...”

“பொய் சொல்லாதே..!”

“நிஜமாத்தான் ஸார்..! நான் ஒரு நல்ல குடும்பத்திலிருந்து வந்தவன் ஸார். பணத்துக்கு ஆசைப்பட்டு... ஏதோ புத்திகெட்டுப் போய் இப்படி நடந்துக்கிட்டேன் ஸார்...” என்று அவன் தலையடித்துக்கொண்டபோது -

ஜீப் ஒரு வளைவில் திரும்பியது.

"அதோ... அந்த வீடுதான் ஸார். காம்பவுண்ட் சுவரோரமா ஒரு அசோகமரம் தெரியுதே... அதான் தியாகுவோட வீடு ஸார்..."

ஜீப் வேகத்தைக் குறைத்துக்கொண்டு மெதுவாய்ப் போய் அந்த வீட்டுக்கு முன்பாய் நின்றது.

வீடு இருட்டில் இருந்தது.

விவேக், கோகுல்நாத் இரண்டு பேரும் டெலிபோன் அவனைத் தள்ளிக்கொண்டு காம்பவுண்ட் கேட்டைத் திறந்தபடி உள்ளே நுழைந்தார்கள்.

உள்ளே பைக் ஒன்று நின்றிருந்தது.

விவேக், அதனருகே போய் எஞ்சின் பகுதியைத் தொட்டுப் பார்த்தான். லேசாய்ச் சூடு தெரிந்தது.

பைக்கில் வெளியே சுற்றிவிட்டு இப்போதுதான் திரும்பியிருக்கிறான்.

"புவனேந்திரன்..!"

"ஸார்..."

"கரண்ட் ஃபெய்லியராகியிருக்கு. நீ குரல் கொடுத்துக்கிட்டே கதவைத் தட்டு..."

கலக்கமாய்த் தலையை ஆட்டிக்கொண்டே போய் படியேறிக் கதவைத் தட்ட ஆரம்பித்தான், புவனேந்திரன்.

"பட்... பட்..."

"பட்... பட்..."

இரண்டாவது தட்டலுக்கு உள்ளேயிருந்து குரல் வந்தது.

"யாரு..?"

"தியாகு... நான்தான்."

"நான்தான்னா யாரு..?"

"புவனேந்திரன்டா..."

உள்ளே சற்று மௌனம்.

பிறகு யாரோ நடந்து வரும் சத்தம். தாழ்ப்பாள் விலக - கதவு திறந்தது.

கதவு திறக்கத் திறக்கவே - விவேக் சட்டென்று உள்ளே நுழைந்தான். அந்தத் தியாகு திகைத்துப்போய் குரல் கொடுத்தான்.

"யா... யாரு..?"

விவேக்கின் கையில் இருந்த ரிவால்வர், தியாகுவின் வலது காது மடலுக்குள் கடினமாய் நுழைந்து அவஸ்தையாய் உறுத்தியது.

"ஒழுங்கு மரியாதையா உள்ள நட..."

தியாகு பின்னுக்குத் தள்ளப்பட்டான். ஹாலுக்குள் ஒரு பெரிய மெழுகுவர்த்தி பிரகாசமான ஜுவாலையோடு எரிந்து, சீரான வெளிச்சத்தைப் பரப்பி வைத்திருந்தது.

தியாகுவுக்கு நல்ல புஷ்டியான உடம்பு, சவரம் செய்யப்படாத மோவாய், கருமையான ரோம வளர்ச்சியில் இருந்தது. உடம்பில் அந்த நிமிடம் பனியனும் லுங்கியும் இருக்க - அவன் விட்ட மூச்சுக்காற்றில் சீமைச் சாராயம் மணந்தது.

விவேக், தியாகுவைச் சுவரோரமாய் இருந்த சோபாவுக்குக் கொண்டுபோய் உட்கார வைத்தான். காதுக்குள் இன்னமும் பிஸ்டல் உறுத்திக் கொண்டிருந்தது.

விவேக் உறுமினான்.

"இதோ பார்... புவனேந்திரன் உன்னைப் பத்தின எல்லா உண்மைகளையும் சொல்லிட்டான். இனிமேல நீ பொய் பேசி நேரத்தைக் கடத்துறதுனால எந்தப் பிரயோஜனமும் இல்லை. உண்மைகளை நீ சொல்ல மறுத்தா, தோட்டா உன்னோட காதுக்குள்ளே பாயும்..."

தியாகுவின் விழிகள் இப்போது திக்கித்து நிற்க, விவேக் கேட்டான்.

"மார்ச்சுவரி அட்டெண்டரைக் கொலை பண்ணிட்டு, உள்ளே இருந்த டெட்பாடியை எரிச்சது நீதானே..?"

அவன் மௌனித்தான்.

"ம்... சொல்றா... நீதானே..?"

ரிவால்வரின் எஃகு முனை காதைக் குடைந்தது. வலி இம்சையாய்ப் பரவியது.

"சொல்லு... நீதானே..?" மௌனம்.

கோகுல்நாத் தன் பூட்ஸ் காலை உயர்த்தித் தியாகுவின் வயிற்றில் எட்டி உதைத்தார்.

எலும்பு இரண்டு துண்டாய் விண்டு கொண்டதைப் போல் வலி தெறிக்க, அலறினான் தியாகு.

விவேக், ரிவால்வரை இன்னமும் அழுத்தினான்.

"சொல்லப் போறியா இல்லையா..?"

"அம்மா... ஆ..."

கோகுல்நாத் இப்போது சிகரெட் ஒன்றைப் பற்றவைத்துக் கொண்டார். அதன் நெருப்பு முனையைத் தியாகுவின் தொப்புள் பகுதிக்குக் கொண்டு போனார்.

"இங்கே சூடு வெச்சா என்னாகும் தெரியுமா..? காயம் உள்ளே வரைக்கும் போகும். காயம் அவ்வளவு சீக்கிரத்துல ஆறாது. சீழ் பிடிச்சு. பழுத்து... உன்னால சாப்பிட முடியாது, குனிய முடியாது... காயம் குணமாகறதுக்கே ஆறு மாசம் பிடிக்கும். பரவாயில்லையா..?"

அதவரை வாய் திறக்காமல் அடம்பிடித்தவன், அந்த வினாடி "வே... வேண்டாம்... ஸார்... நான் எல்லா உண்மையையும் சொல்லிடறேன்..." என அலறினான்.

"சொல்லு... ஹாஸ்பிடலுக்கு வந்து மார்ச்சுவரியில் இருக்குற டெட்பாடியை பெட்ரோல் ஊத்தி எரிச்சது நீதானே..?"

"ஆமா ஸார்..."

“மார்ச்சுவரி அட்டெண்டரைக் கொலை பண்ணினது?”

“நா... நான்தான் ஸார்.”

“எரிச்சியே... அந்தப் பொண்ணு யாரு..?”

“ஜட்ஜ் சாம்பசிவராவோட ரெண்டாவது பொண்ணு. பேரு நவநீதா...”

விவேக்கும் கோகுல்நாத்தும் அதிர்ந்துபோய், ஒருத்தரையொருத்தர் பார்த்துக் கொண்டார்கள்.

“அவளை எதுக்காகக் கொலை பண்ணினே..?”

“ஸ்... ஸார்... காரணத்தை மட்டும் என்கிட்டே கேட்காதீங்க. கொலை பண்ணினது நான்தான்... ஒத்துக்கறேன்.”

கோகுல்நாத்தின் கையில் இருந்த சிகரெட் தியாகுவின் தோள்பட்டைக்குப் போய் முத்தம் ஒன்றைக் கொடுக்க, தியாகு வீறிட்டான்.

“உண்மைகள் முழுசா வேணும். பாதியை மட்டும் சொல்லிட்டு மீதியை விட்டுட்டா கேஸை எப்படிக் கோர்ட்டுக்குக் கொண்டு போறது..? உன்னோட தொப்புள் சிகரெட் ஆஷ்ட்ரேவா மாறாம இருக்கணும்னா எல்லா உண்மையும் மளமளன்னு வெளியே வரணும்.”

கோகுல்நாத் சொல்லிக் கொண்டிருக்கும்போதே - ஹால் டீபாயின் மேல் இருந்த டெலிபோன் முணுமுணுப்பாய்க் கூப்பிட்டது.

தியாகு டெலிபோனைப் பயமாய்ப் பார்க்க, விவேக் கேட்டான்.

“இந்த வீட்ல வேற ஏதாவது ரூம்ல எக்ஸ்டன்ஷன் டெலிபோன் இருக்கா..?”

“இ... இல்ல... ஸார்...”

“சரி... நீ இப்போ போனை எடுத்துப் பேசு. பேச்சைக் கட் பண்ணாமப் பேசணும்...” சொன்ன விவேக், கோகுல்நாத் கைக்குத் தன் ரிவால்வரைக் கொடுத்துவிட்டு - பேண்ட்

பாக்கெட்டில் இருந்த சிறிய செல்லுலார் போனை எடுத்து – கூடவே அதனோடு இணைக்கப்பட்டிருந்த ஏரியலை உயர்த்திவிட்டுக் கொண்டான்.

“நீயும் டெலிபோனோட மறுமுனையில இருக்கிறவங்க என்ன பேசிக்கிட்டாலும் சரி... இந்த செல்லுலார் போனில் தெளிவாய் எனக்குக் கேட்கும்... போய் ரிஸீவரை எடுத்துப் பேசு...”

தியாகு மிரண்ட விழிகளோடு தோள் பட்டையிலிருந்த சிகரெட் காயத்தைத் தடவிக்கொண்டே போய் ரிஸீவரை எடுத்தான்.

விவேக் தன் கையில் இருந்த செல்லுலார் போனைக் காதுக்குக் கொடுத்தான்.

பேச்சுக் குரல் கேட்டது.

“ஹலோ...”

“யாரு தியாகுவா..?”

“ஆ... ஆமா ஸார்...”

“ஜி.ஹெச்சுக்குப் போயி காரியத்தை முடிச்சுட்டியா?”

“அ... அது வந்து...”

“என்ன... முடிக்கலையா..?” மறுமுனை குரல் கோபப்பட்டுவிட்டுத் தொடர்ந்தது.

“என்ன தியாகு நீ..? போஸ்ட் மார்ட்டத்துக்குப் பின்னாடி இது ஜட்ஜோட பொண்ணு நவநீதான்னு போலீஸ் கண்டு பிடிச்சுட்டா... பிரச்சனை பெரிசாயிடும். நாளைக்கு விடியறதுக்குள்ளே மார்ச்சுவரியில இருக்கிற பாடியை பெட்ரோல் ஊத்தி எரிச்சுடு....”

“ஸா... ஸார்... நவநீதாவோட பாடியை பெட்ரோல் ஊத்தி எரிச்சுட்டேன்...”

“என்னது..? எரிச்சுட்டியா?”

“ஆ... ஆமா ஸார்...”

"இந்தச் சந்தோஷமான விஷயத்தை ஏன் அழுது வடிஞ்சுகிட்டே சொல்றே தியாகு..? ஏதாவது பிரச்சனையா..?"

"அது... வந்து..."

"பிரச்சனை எதுவாயிருந்தாலும் பரவாயில்லை. எங்கப்பாவோட செல்வாக்கை வெச்சு சால்வ் பண்ணிக்கலாம்..."

"ம்... ம்..."

"என்ன... குடிச்சிருக்கியா..? சரி, நாளைக்குக் காலையிலே வந்து விஷயத்தைச் சொல்லு..."

மறுமுனையில் ரிஸீவர் வைக்கப்பட்டுவிட, விவேக் செல்லுலாரை அணைத்துவிட்டுத் தியாகுவை ஏறிட்டான்.

"ஓ..! இந்தக் காரியத்துல பார்ட்னர்ஷிப் வேற இருக்கா..? யார் அந்தப் பார்ட்னர்..?"

"ஸ... ஸார்... அது... வந்து..."

கோகுல்நாத் இப்போது அவனுடைய வயிற்றில் ஓங்கிக் குத்தினார். தியாகு வலி தாங்காமல் உடம்பை இரண்டாய் மடித்துப் பின் மெதுவாய் நிமிர்ந்தான்.

விவேக் புன்னகைத்தான்.

"எதுக்காக வீணா அடிபட்டு உடம்பைப் புண்ணாக்கிக்கிற? உண்மையைச் சொல்லு... யாரவன்..?"

"அவன்... அவன்..."

"ம்... சொல்லு..."

"தொழிலதிபர் ஜோதிராமோட மகன் ஜெகத் ஸார்..."

"ஜெகத்தா..?"

"ஆமா ஸார்..."

"சரி... நவநீதாவுக்கும் உங்க ரெண்டு பேருக்கும் என்ன பகை..?"

"எனக்கும் நவநீதாவுக்கும் எந்தப் பகையும் இல்லை ஸார்..."

“பின்னே..?”

“ஜெகத்துக்கும் அவளுக்கும்தான் உரசல். நான் வெறுமனே கருவி ஸார். யார் பணம் கொடுத்தா கையிலே கத்தியை எடுக்கிற தொழில் எனக்கு.... நவநீதாவை ஜெகத் விரும்பியிருக்கான். பட், அவ விரும்பலை. கெஞ்சிப் பார்த்தும் பிரயோஜனம் இல்லை. தனக்கு மனைவியாக மறுக்கிற நவநீதா வேற யாருக்கும் கிடைக்ககூடாதுங்கிற வக்கிர எண்ணத்துல அவளைத் தீர்த்துக்கட்ட என்கிட்டே பேரம் பேசினான் ஜெகத்.

ஒரு லட்சம் கேட்டேன்... தந்தான். காலேஜ் முடிஞ்சு தனியா போயிட்டிருந்த நவநீதாவை, மயக்க மருந்து கர்ச்சீப்பால ஏமாத்தி, ஜெகத் காரிலேயே எடுத்துப் போட்டுக்கிட்டு இதே வீட்டுக்குக் கொண்டு வந்தேன். பாடியை முழுசா டிஸ்போஸ் பண்ணினா ஏதாவது ஒரு சந்தர்ப்பத்துல உண்மை தெரிஞ்சு, அது நவநீதாவோட பாடிதான்னு கன்ஃபார்ம் ஆயிடக் கூடாதேங்கிறதுக்காக - பாடியை பார்ட் பார்ட்டா வெட்டி டிஸ்போஸ் பண்ண ஆரம்பிச்சேன்.”

தியாகு பேச்சை நிறுத்திவிட்டுப் பயமாய்ப் பார்க்க. விவேக்...

“ம்... சொல்லு...” என்றான்.

தியாகு மினுமினுக்கும் வியர்வை முகத்தோடு தொடர்ந்தான்.

“மொதல்ல தலையை வெட்டி - ஒரு ப்ளாஸ்டிக் பையில் எடுத்துட்டுப் போய் அவுட்டரில் வெச்சு பெட்ரோல் ஊத்தி எரிச்சு சாம்பலாக்கிட்டேன். அப்பறம் கை, காலை வெட்டி எடுத்து அதை வேற ஒரு பக்கமா கொண்டுபோய் எரிச்சேன். பாடியோட மத்த பாகத்தை டிஸ்போஸ் பண்றதுக்காக சாக்குமூட்டைல கட்டி இன்னிக்கு ராத்திரி மாம்பலம் ரயிலடிக்குப் பக்கத்துல இருக்கிற ஒரு பழைய பாலத்துக்குக் கொண்டு போனேன். அந்தநேரம் பார்த்து கள்ளச்சாராய

வேட்டைக்காக போலீஸ் வந்துட்டாங்க. என்னால உடனே மறைஞ்சுக்க முடியலை. சாக்குமூட்டையை அங்கேயே போட்டுட்டு நான் ஓடி வந்துட்டேன்.

இந்த விஷயத்தை உடனே டெலிபோன் மூலமா ஜெகத்துக்குச் சொன்னேன். அவர் பயந்துட்டார். "தலை, கை, கால் இல்லாமப் போனாலும், உடம்புல இருக்கிற மத்த அடையாளங்களை வெச்சு அது நவநீதாவோட உடம்புனு போலீஸ் கண்டுபிடிச்சுடுவாங்க. நீ உடனே ஜி.ஹெச்சுக்குப் போய் பாடி போஸ்ட்மார்ட்டம் ஆகுறதுக்கு முந்தி அதை ஏதாவது ஒரு வகையில டெஸ்ட்ராய் பண்ணிடுன்னு சொன்னார்.

நானும் ஜி.ஹெச் போனேன். டெலிபோன் ஆப்ரேட்டரா வொர்க் பண்ற புவனேந்திரன் என்னோட சின்ன வயசிலிருந்து ஃப்ரெண்ட். அவன் உதவியோட காரியத்தைப் பண்ண நினைச்சேன். ஆனா, அவன் உதவ முன்வரலை. வேணும்னா போலீஸ் நடவடிக்கைகளைக் கண்காணிச்சு உனக்கு ஆபத்து வராமப் பார்த்துக்கிறேன்னு சொன்னான்..."

சில விநாடிகள் பேச்சை நிறுத்திவிட்டு முறுபடியும் தொடர்ந்தான் தியாகு.

"நான் மார்ச்சுவரிக்குப் போனேன். அட்டெண்டர்க்கு பணத்தைக் காட்டி, திட்டத்துக்கு உதவும்படியாகக் கேட்டேன். அவன் உடன்படாம, சத்தம்போட்டு என்னைக் காட்டிக் கொடுக்கப் பார்த்தான். அந்த நேரத்துல அவனைத் தீர்த்துக்கட்டறதைத் தவிர வேற வழி எனக்குத் தெரியலை. அவனைத் தீர்த்துக்கட்டிட்டு மார்ச்சுவரிக்குள்ளே போய் - நவநீதாவோட உடம்புக்குப் பெட்ரோலை ஊத்தித் தீயை வெச்சுட்டு ஓடி வந்துட்டேன்.

ஆனா யாரோ என்னை ஃபாலோ பண்ணிட்டு வர்ற மாதிரி இருந்தது. வேகமாகத் திரும்பிப் பார்க்காம வந்து, பேக்கரிக்குப் பக்கத்துல இருந்த என்னோட பைக்கை எடுத்துட்டு வீட்டுக்கு வந்துட்டேன்."

விவேக், தியாகுவையே சில விநாடிகள் பார்த்துக் கொண்டிருந்து விட்டுப் பிறகு கேட்டான்.

"அந்த ஜெகத் வீடு எங்கே இருக்கு..?"

"எலியட்ஸ் பீச்சுக்குப் பக்கத்துலே..."

"வா போலாம்..."

"இந்த நேரத்துலையா ஸார்..?"

"டேய் வாடா...! அவன் வீட்டுக்குக் கல்யாணம் சம்பந்தம் பேசவாப் போறோம்..? நவநீதாவோட கொலைக்குக் காரணமான அந்த ஜெகத் இனி இருக்கவேண்டிய இடம் போலீஸ் லாக்கப். அவ அவனை விரும்பலைங்கிற காரணத்துக்காக இப்படியொரு வக்கிர எண்ணத்தோட கொலையா?"

"வா..! வந்து, அவனோட வீட்டைக் காட்டு..."

விவேக் தியாகுவை தரதரவென இழுத்துக்கொண்டு ஜீப்புக்கு வந்தான்.

# 10

எலியட்ஸ் கடற்கரைக்கு எதிரே போன ரோட்டைக் கை காட்டினான் தியாகு.

"ஜெகத்தோட பங்களாவுக்கு இந்த வழியாத்தான் போகணும் ஸார்..." ஜீப் திரும்பியது. விவேக், தியாகுவிடம் கேட்டான். "ஜெகத் வீட்ல யார் யாரு இருக்காங்க...?"

"அம்மா இல்லை... அவனும் அவனோட அப்பாவும் மட்டும்தான். அவரும் பெரும்பாலும் பிசினஸ்க்காக வெளிநாட்ல சுத்திக்கிட்டிருப்பார்..."

"இப்போ ஊர்ல இருக்காரா, இல்லையா..?"

"எனக்குத் தெரியாது ஸார்..."

"பங்களால அவங்களைத் தவிர வேற யார் யாரெல்லாம் இருக்காங்க..?"

"தெரியாது..."

"பாடியை டிஸ்போஸ் பண்ற விஷயத்துல உனக்கு வேற யாராவது உதவி பண்ணாங்களா?"

"இல்லை.... நான் மட்டும்தான் இதைப் பண்ணினேன்."

இப்போது இருட்டில் பங்களாக்கள் தெரிய ஆரம்பித்தன. ஏரியா கொஞ்சம் மாதிரி பணக்காரத்தனமாய்த் தெரிந்தது.

ஜீப் பங்களாக்களுக்கு மத்தியில் இரண்டு நிமிஷம் ஓடியதும், தியாகு குனிந்து பார்த்துவிட்டுச் சொன்னான்.

"இந்தப் பங்களாதான் ஸார்..!"

ஜீப் அந்தப் பெரிய பங்களாவுக்கு முன்பக்கம் போய் என்ஜினின் உறுமலை நிறுத்திக் கொண்டது.

காம்பவுண்ட் கேட்டுக்கு இடதுபக்க ஓரத்தில் இருந்த விக்கெட் டோர் திறக்கப்பட்டு, ஒரு கூர்க்காவின் முகம் எட்டிப் பார்த்தது. ஜீப்பைப் பார்த்ததும் முகம் மாறியது.

கோகுல்நாத் குரல் கேட்டது.

“கேட்டைத் திற!” கேட் தயங்கித் தயங்கித் திறந்தது.

ஜீப் உள்ளே போய் போர்டிகோவில் நின்றதும், கூர்க்கா வேகவேகமாய் ஓடி வந்தான்.

“ஸாப்...”

“உள்ளே யார் யார் இருக்காங்க..?” விவேக் கேட்க, கூர்க்கா தலையாட்டினான்.

“பங்களாவுக்குள்ளே யாரும் இல்லை ஸாப்.”

“ஜெகத்..?”

“அவர் கொஞ்ச நேரத்துக்கு முன்னாடிதான் காரை எடுத்துக்கிட்டு வெளியே போனார்.”

“கூட யாராவது இருந்தாங்களா?”

“இல்ல ஸாப்... அவர் மட்டும்தான் போனார்.”

“ஜெகத்தோட அப்பா ஜோத்ராம்?”

“அவர் அமெரிக்காவுக்குப் போய் ரெண்டு வாரமாச்சு ஸாப், வர்றவாரம்தான் வர்றார்..!”

“சரி. கதவைத் திறந்து விடு..!”

“சாவி என்கிட்டே இல்ல ஸாப்... ஜெகத் ஸாப் எடுத்துக்கிட்டுப் போயிட்டார். அவுட் ஹவுஸ் சாவி வேணும்னா என்கிட்டே இருக்கு. தரட்டுமா ஸாப்..?”

“ம்... தா...”

சட்டைப் பையில் வைத்திருந்த சாவியை எடுத்துக் கூர்க்கா நீட்ட, அதை விவேக் வாங்கிக்கொண்டான்.

"அவுட் ஹவுஸ் எங்கே..?"

"அந்தபக்கமா இருக்கு ஸாப்..."

டெலிபோன் ஆப்ரேட்டரையும், தியாகுவையும் முன்னால் நடக்க வைத்து, அவுட் ஹவுஸை நோக்கிப் போனார்கள்.

அவுட் ஹவுஸூம் ஒரு குட்டிப் பங்களா மாதிரி இருந்தது. விவேக் பூட்டைத் திறந்துகொண்டு உள்ளே போய்ச் சுவரைத் தட்டி ஸ்விட்சைத் தேய்க்க, ஒரு ட்யூப்லைட் வெளிச்சத்தை அறை பூராவும் நிரப்பியது.

சற்றுப் பெரிய அறை.

சுவரோரமாய் சோபா செட், இரண்டு நாற்காலிகள், பாய், அதில் டெலிபோன்.

விவேக் கேட்டான்.

"இங்கே யார் தங்குவாங்க..?"

"பிசினஸ் கெஸ்ட்ஸ் ஸாப்..."

"போன் ஒர்க் பண்ணுமா?"

"பண்ணும் ஸாப்..."

விவேக் டெலிபோனைத் தொட்டு ரிஸீவரை எடுத்துக்கொண்டு டயலைத் தட்டி ஜி.ஹெச்சைத் தொடர்பு கொண்டு கமிஷனரிடம் பேசினான்.

"ஸார்..! தியாகுவை மடக்கிட்டோம். கொலை செய்யப்பட்டது நவநீதாதான். கொலையைச் செஞ்சவன் தியாகு. ஆனால், இதுல முதல் குற்றவாளி ஜெகத். பிரபல தொழிலதிபர் ஜோத்ராமோட சன். கொலைக்குக் காரணம் ஒரு தலைக்காதல். ஜெகத், நவநீதாவை விரும்பியிருக்கான். ஆனா, நவநீதா அவனை விரும்பலை. தனக்குக் கிடைக்காத நவநீதா வேற யாருக்கும் கிடைக்கக் கூடாதுன்னு கூலிக்குத் தியாகுவை வெச்சு கொலை செஞ்சிருக்கான். யாரும் கண்டுபிடிக்கக்கூடாதுன்னுட்டு தியாகு பாடியைத் துண்டுபோட்டு நெறைய இடங்கள்ல டிஸ்போஸ்

பண்ணியிருக்கான். எல்லாமே க்ளியர் ஸ்டேட்மெண்ட். இப்போ ஜெகத் வீட்லே இருக்கோம். வீட்லே அவன் இல்லை. வெளியே போயிருக்கான். ஒரு மணி நேரத்துல வந்துடறதா கூர்க்காகிட்டே சொல்லிட்டுப் போயிருக்கான். அவனுக்காக வெயிட் பண்ணிட்டிருக்கோம். நீங்க ஜி.ஹெச்லேயே இருங்க ஸார்... நான் மறுபடியும் உங்களைக் காண்டாக்ட் பண்றேன். என்னோட ஓய்ஃப் ரூபலாவும் ஜி.ஹெச்லேயே இருக்கட்டும் ஸார். நான் வந்து பிக்கப் பண்ணிக்கிறேன்."

விவேக் ரிஸீவரை வைத்துவிட்டுத் தன் மணிக்கட்டில் இருந்த வாட்சைப் பார்த்தான். நேரம் இரண்டை நெருங்கிக் கொண்டிருந்தது.

விவேக் அந்த அவுட் ஹவுஸின் மற்ற அறைகளில் நுழைந்து பார்வையால் அலசி விட்டு, சோபாவுக்கு வந்து சாய்ந்தான். கோகுல்நாத், கூர்க்காவிடம் ஜெகத்தின் குடும்பத்தைப் பற்றிச் சின்னச் சின்னக் கேள்விகளாய்க் கேட்டு விசாரித்துக் கொண்டிருந்தார்.

நேரம் கடந்துப் போய் கொண்டிருந்தது. இன்னமும் ஜெகத்தைக் காணோம்

"கோகுல்நாத்..."

"என்ன விவேக்..?"

"தியாகு நம்ம கிட்டே மாட்டிக்கிட்ட விஷயம் தெரிஞ்சு ஒருவேளை ஜெகத் தலைமறைவாயிருப்பானா..?"

"விஷயம் தெரிய சாத்தியமே இல்லை விவேக்... ஜீப்பை கூட மறைவாத்தானே நிறுத்தி வெச்சுருக்கோம்."

"நோ..! எப்படியோ ஸ்மெல் பண்ணிட்டான். அதனாலதான் நாம இங்கே வர்றதுக்கு முந்தி வெளியே கிளம்பிப் போயிருக்கான். இங்கே விடிய விடிய காத்திட்டிருந்தாலும் அந்த ஜெகத் வரப் போறதில்லை..."

"இல்லை விவேக்..! நான் கூர்க்காகிட்டே பேசிப் பார்த்ததில் ஒரு விஷயம் எனக்குப் புரிஞ்சுது. ஜெகத்

அடிக்கடி இப்படி காரை எடுத்துட்டுப் போயிட்டு ஒரு மணி நேரம் கழிச்சு வர்றது உண்டாம்...”

“பார்க்கலாம்...” காத்திருக்க ஆரம்பித்தார்கள்.

நேரம் கரைந்தது.

2.25

2.30

2.40

2.45

2.50

டெலிபோன் அடித்தது.

எழுந்து உலாவிக் கொண்டிருந்த விவேக், வேகமாய்ப் போய் ரிஸீவரை எடுத்தான்.

“ஹலோ...”

“இது மிஸ்டர் ஜெகத் வீடுதானே..?” ஒரு ஆண்குரல் கேட்டது.

“எஸ்...”

“நீங்க யார் பேசறது..?”

விவேக் இரண்டு விநாடி யோசித்துவிட்டு. “நான் ஜெகத்தோட ரிலேடிவ்..! நீங்க யார்னு நான் தெரிஞ்சுக்கலாமா..?”

“நான் கிண்டி போலீஸ் ஸ்டேஷன் இன்ஸ்பெக்டர். ஜெகத்தைப் பத்தி ஒரு வருத்தமான நியூஸைச் சொல்ல வேண்டியிருக்கு.”

“வருத்தமான நியூஸா..?”

“எஸ்..! கிண்டி ரேஸ் கோர்ஸக்குள்ளே நின்னுட்டிருந்த காருக்குள்ளே அவர் கொலை செய்யப்பட்டுக் கிடக்கிறார். நீங்க விஷயத்தை அவரோட ஃபேமிலி மெம்பர்ஸுக்குத் தெரியப்படுத்தி, ஸ்பாட்டுக்குக் கூட்டிட்டு வந்துடறீங்களா..?”

ஒரு விநாடி அதிர்ந்துபோன விவேக், குரலை சற்றே உயர்த்திக்கொண்டு சொன்னான்:

"இன்ஸ்பெக்டர்... இப்ப உங்ககிட்டே டெலிபோன்ல பேசிட்டிருக்கிற நான், ஜெகத்துக்கு ரிலேடிவ் கிடையாது..."

"தென்..?"

"விவேக்..."

"விவேக்..?"

"க்ரைம் பிராஞ்ச் விவேக்..."

மறுமுனையில் அடுத்தகணமே இன்ஸ்பெக்டரிடம் பதட்டம்.

"ஸ்... ஸார்..."

"உங்க பேர் என்ன..?"

"முத்துராஜ் ஸார்..."

"மிஸ்டர் முத்துராஜ்... நீங்க ஸ்பாட்லயே இருங்க... இப்போ வந்துடறேன்..."

"ஐயாம் வெயிட்டிங் ஸார்..."

விவேக் ரிஸீவரை வைத்துவிட்டுப் பக்கத்தில் நின்றிருந்த கோகுல்நாத்தை ஆயாசமாய்ப் பார்த்தான்.

அவர் கேட்டார்.

"என்ன விவேக்..?"

"ஜெகத் மர்டர்ட்..!"

"எ... எப்படி..?"

"தெரியலை... நான் கிண்டி ரேஸ்கோர்ஸ்க்கு கிளம்புறேன் கோகுல்நாத். இந்த ரெண்டு பேரையும் ஸ்டேஷனுக்குக் கொண்டு போய் லாக்கப்ல வெச்சுட்டு ஸ்பாட்டுக்கு வந்துடுங்க...!"

# 11

கிண்டி ரேஸ்கோர்ஸ், சாம்பல் நிற இருட்டோடும் மயான நிசப்தத்தோடும் இருந்தது.

விவேக், தன் ப்ளூ ஹார்ட் மாருதியை ஓரம்கட்டி நிறுத்திவிட்டு, சல்யூட்டோடு எதிர்ப்பட்ட இன்ஸ்பெக்டர் முத்துராஜை எதிர்கொண்டான்.

நடந்தபடி – கேட்டான்.

“டெத் எப்படி..?”

“துப்பாக்கித் தோட்டா நெத்திப் பொட்டுல பாய்ஞ்சிருக்கு ஸார்...”

“உங்களுக்கு எப்படித் தகவல்..?”

முத்துராஜ் எதிரே சற்றுத்தள்ளி தெரிந்த பங்களாவைச் சுட்டிக் காட்டினார்.

“அந்தப் பங்களா வாட்ச்மேன், மரத்துக்கு கீழே நின்னுட்டிருந்த ஜெகத்தோட காரை ரொம்ப நேரமா வாட்ச் பண்ணியிருக்கான். சந்தேகப்பட்டுக் கார்ல இருக்கிறது யார்னு தெரிஞ்சுக்கிறதுக்காகப் பக்கத்துல வந்து பார்த்திருக்கான். ஆள் உள்ளே ரத்த வெள்ளத்தில் சாய்ஞ்சு கிடக்கிறதைப் பார்த்ததும் பங்களா முதலாளிக்குத் தகவல் கொடுக்க - அவர் ஸ்டேஷனுக்குப் போன் பண்ணி விஷயத்தைச் சொன்னார்.”

“காருக்குள்ளே இறந்து கிடக்கிறது ஜெகத்தான்னு உங்களுக்கு எப்படித் தெரிஞ்சுது..?”

"சர்ட் பாக்கெட்ல விசிட்டிங் கார்ட் இருந்தது. எல்லாத்துக்கும் மேலா அவன் மணிக்கட்டுல போட்டிருந்த ப்ரேஸ்லெட்ல ஜெகத்ங்கிற பேர் என்க்ரேவ் பண்ணியிருந்தது."

மரத்துக்குக் கீழே எஸ்டீம் கார் கான்ஸ்டபிள்களின் கையில் இருந்த டார்ச் வெளிச்ச உதவியால் தெரிந்தது. சல்யூட் போட்ட கான்ஸ்டபிளின் கையில் இருந்த டார்ச்சை வாங்கிக்கொண்ட விவேக், காரை நெருங்கி உள்ளே வெளிச்சத்தைக் கொட்டிப் பார்த்தான்.

ஜெகத்......காரின் ட்ரைவிங் சீட்டில் ரத்தச்சகதியில் மல்லாந்திருந்தான்.

தோட்டா கைங்கர்யத்தால் – முன்மண்டையோடு விரிசல் விட்டிருக்க, அந்த விரிசலிலிருந்து ரத்தம் பெருகி - கோடு கோடாய் முகத்தின் மீது இறங்கியிருந்தது.

வலது நெற்றிப் பொட்டில் ஒரு ரத்தப் பள்ளம்.

விவேக் காருக்குள் டார்ச் வெளிச்சத்தைத் துரத்தி, ஏதாவது தடயம் தட்டுப்படுகிறதாவென்று பார்த்தான்.

எதுவும் கிடைக்கவில்லை.

"அந்த வாட்ச்மேனைக் கூப்பிடுங்க முத்துராஜ்."

முத்துராஜ் நகர்ந்து போய் நிமிஷ நேரம் முடிவதற்குள் அந்த காக்கி உடை வாட்ச்மேனோடு வந்தார்.

மார்புக்குக் குறுக்காகக் கைகளைக் கட்டிக்கொண்டு பவ்யமாய் நின்று வாட்ச்மேனை ஏறிட்டான் விவேக்,

"உன் பேரென்ன..?"

"வீராசாமிங்க..."

"இந்தக் கார் எவ்வளவு நேரமா இங்கே நின்னுட்டிருந்தது..?"

"கிட்டத்தட்ட ஒரு மணி நேரத்துக்கும் மேலே இருக்கும்ங்க..."

"உனக்கு அந்தக் கார் மேலே ஏன் சந்தேகம் வந்தது..?"

"இந்தப் பக்கம் கொஞ்ச நாளாவே திருட்டுப் பயம் ஜாஸ்திங்க... கார் ரொம்ப நேரம் நின்னுட்டிருக்கவும் மனசுக்குள்ளே சந்தேகம் வந்துட்டதுங்க... கார்ல யார் இருக்காங்கன்னு தெரிஞ்சுக்கிறதுக்காகப் பக்கத்துல போனேன்... உள்ளார ஆள் இந்தக் கோலத்துல விழுந்து கிடந்தாருங்க. அப்புறம் எங்க முதலாளிகிட்டே வந்து விஷயத்தைச் சொன்னேன். அவரு போலீஸுக்கு போன் பண்ணினாருங்க..."

"யாரோ துப்பாக்கியால சுட்டுட்டுப் போயிருக்காங்க. தோட்டா வெடிச்ச சத்தம் உனக்குக் கேட்கலையா?"

"இல்லீங்க..."

"காருக்குப் பக்கத்துல யாருடைய நடமாட்டத்தையோ... இல்லேன்னா, காரோட கதவைத் திறந்து உள்ள யார் இருக்காங்கன்னாவது பார்த்தியா..?"

"இல்லீங்க..! பாடியை எட்டி நின்னு பார்த்ததோட சரிங்க..."

"வாட்ச்மேன் ட்யூட்டியைப் பார்த்துட்டிருக்கும்போது எந்தக் காரணத்துக்காகவாவது பங்களாவுக்குள்ளே போனியா?"

"யூரின் பாஸ் பண்றதுக்காக ஒருதடவை உள்பக்கமா இருக்கிற டாய்லெட்டுக்குப் போயிட்டு வந்தேங்க..."

"சரி... போ..." வாட்ச்மேனை அனுப்பிவிட்டு, இன்ஸ்பெக்டர் முத்துராஜ் பக்கம் திரும்பினான் விவேக்.

"பாடியை எடுத்து வெளியேபோடச் சொல்லுங்க முத்துராஜ். காருக்குள்ளே ஒரு தடவை தரோவா செக் பண்ணிப் பாத்துடலாம்."

முத்துராஜ், கான்ஸ்டபிள்களுக்குக் கண்ணைக் காட்ட, காரின் கதவுகள் திறக்கப்பட்டு - ஜெகத்தின் பாடி வெளியே வந்து மரத்துக்கு அடியில் கிடத்தி வைக்கப்பட்டது.

விவேக் டார்ச் லைட்டை உயிர்ப்பித்துக்கொண்டு காருக்குள் குனிந்தான். டிரைவிங் சீட் பூராவும் உறைய

ஆரம்பித்துவிட்ட ரத்தம், இப்போது காற்றில் கலந்து வேண்டாத வாடையைக் கிளப்பி வயிற்றைக் கலக்க ஆரம்பித்தது.

விவேக், கையுறை மாட்டிக்கொண்டு காரின் டாஷ்போர்டைத் திறந்தான்.

உள்ளே கார் பாலீஷ் துணிகளுக்கு மத்தியில் அந்த காலிகோ பைண்ட் டைரி கிடைத்தது.

எடுத்துப் பிரித்தான்.

முதல் பக்கத்திலேயே பால்பாயிண்ட் பேனாவால் எழுதப்பட்ட ஒரு வாக்கியம் பார்வைக்குக் கிடைத்தது.

என்
சிவப்பு உடை
தேவதைக்கு

ப்ரியமுடன் ஜெகத்.

# 12

விவேக் டார்ச் வெளிச்சத்தில் அந்த 12 டைரியின் பக்கங்களைப் புரட்ட ஆரம்பித்தான்.

எல்லாப் பக்கங்களிலும் கவிதை வரிகள்.

என் சிவப்பு உடை தேவதையே!
நான் உனக்கு மட்டும்
அடிமையில்லை.
உன் மீது பட்ட
காற்றுக்குக் கூட
நான் அடிமை.
காதல் கடலில் நீந்துபவர்கள்
எல்லோருமே -
முத்துக் குளிக்க மட்டும்
முனையும் போது...
நீ மட்டும்தான்.
கரையின் நலத்தையும் விசாரித்துக்
கொண்டிருக்கிறாய்!

விவேக் பக்கங்களைப் புரட்டிக்கொண்டு வர, ஒவ்வொரு பக்கத்திலும் கவிதை வரிகள்.

உனக்கு ஏன் 'சிவப்பு'
பிடிக்கிறது?
இதயத்தின் நிறம்

அது என்பதாலா..?
என் மனத் தொட்டியில்
வளரும்
ஒற்றை ரோஜாவான
உனக்கு....
ஒரு முள்ளாய் இருந்து
காவல் புரியவே
விரும்புகிறேன்!

விவேக் ஒவ்வொரு பக்கமாய் புரட்டிக்கொண்டு வர, எல்லாப் பக்கங்களிலேயும் அந்தச் சிவப்பு உடை தேவதைக்குக் காணிக்கையாக்கப்பட்ட கவிதைகள் வரிவரியாய்த் தெரிந்தன.

கடைசிப் பக்கத்தில் சிவப்பு ஸ்கெட்ச் பேனாவால் கொட்டை எழுத்துக்களில் ஒரு கவிதை தெரிந்தது.

நீ
பௌர்ணமி நிலவாக
இருக்கலாம்.
ஆனால், இந்த மெழுகுவர்த்தியின்
உணர்ச்சிகளையும்
புரிந்து கொள்!

டயரியை மூடித் தன் மார்புச் சட்டைப்பகுதியில் பத்திரப்படுத்திக் கொண்ட விவேக், கையிலிருந்த டார்ச்சை உபயோகித்துக் காரின் உட்பகுதியில் படிந்திருந்த இருட்டை ஒவ்வொரு அங்குலமாய்த் துழாவினான்.

வெளிச்சம் கொஞ்சம் கொஞ்சமாய் நகர்ந்து - ட்ரைவிங் சீட்டுக்கு வந்து - ஸ்டீயரிங் மேல் படிந்தது.

ஸ்டீயரிங்கின் நடுவில் ஒரு சின்ன ஸ்டாம்ப் சைஸ் போட்டோ ஒட்டப்பட்டிருந்தது.

விவேக் டார்ச் வெளிச்சத்தை அதன்மேல் கொட்டினான்.

போட்டோவில்... நவநீதா சிரித்தாள்.

டார்ச் வெளிச்சம் சற்றே மேலே உயர்ந்தபோது, அழகுக்காகக் கட்டியிருந்த ஒரு சின்ன பொம்மை சிவப்புக் கவுன் போட்டுக்கொண்டு காற்றில் அழகாய் ஆடியது.

பொம்மையைப் பார்த்த விவேக்கின் பார்வை, சட்டென்று சின்னதாய் ஒரு வியப்புக்குப் போயிற்று.

பொம்மையின் கயிற்றில் சின்னதாய் ஒரு காகிதம் சுருட்டி வைக்கப்பட்டிருந்தது. விவேக் அதைக் கையில் எடுத்தான்

பிரித்தான்.

சின்னதாய் இருந்த அந்தக் காகிதத்தில் ஜெகத்தின் கையெழுத்தில் நான்கைந்து வரிகள் ஓடியிருந்தது.

***என் ப்ரிய நவநீதாவுக்கு,***

***உனக்குப் பிடித்த நிறமான சிவப்பில் ஏதேனும் ஒரு பொருளைப் பரிசாகக் கொடுக்க ஆசைப்பட்டேன். கடைசியில் எனக்கு நினைவுக்கு வந்தது – ரத்தத்தின் நிறமும் சிவப்புதானே..? என் உடம்பில் இருக்கும் ரத்தம் முழுவதையும் உன் காலடியில் கொட்டத் தீர்மானித்து விட்டேன்.***

***ஏற்றுக்கொள்...***

***உன் ஜெகத்.***

விவேக் அந்தக் கடிதத்தை மறுபடியும் ஒரு தடவை படித்துப் பார்த்துவிட்டு,

“முத்துராஜ்...” என்று கூப்பிட்டான்.

“ஸார்...”

முத்துராஜ் ஓடி வந்தார். “இதைக் கொஞ்சம் படிச்சுப் பாருங்க...”

அவர் வாங்கிப் படித்துப் பார்த்துவிட்டுக் குழப்பமாய்ப் பேச்சை ஆரம்பித்தார்.

“ஸா... ஸார்... இந்த லெட்டர்படி பார்த்தா...”

“சொல்லுங்க...”

“ஜெகத் கொலை செய்யப்படலை. தற்கொலை பண்ணிகிட்ட மாதிரித் தெரியுது...”

“அதாவது, நெற்றிப்பொட்டுல துப்பாக்கியை வெச்சுத் தன்னைத்தானே சுட்டுக்கிட்டான்னு சொல்றீங்க இல்லையா?”

“ஆமா ஸார்...”

“அப்படி ஜெகத் தற்கொலை பண்ணியிருந்தா, காருக்குள்ளே ரிவால்வர் இருந்திருக்கணுமே..!”

“ஆமா ஸார்...”

“காருக்குள்ளே ரிவால்வர் இல்லையே..?”

“அதை வெச்சுப் பார்க்கும்போது, இது கொலைதான் ஸார்.”

“அப்படின்னா ஜெகத் எழுதியிருக்கிற இந்தக் கடிதத்துக்கு என்ன அர்த்தம்..?”

“ஒரே குழப்பமாயிருக்கு ஸார்...”

“ஜெகத்தோட பி.எம் ரிப்போர்ட்டைப் பார்த்துட்டுதான் ஒரு முடிவுக்கு வரமுடியும்.. இப்ப பாடியை மார்ச்சுவரிக்குக் கொண்டுபோக ஏற்பாடு பண்ணுங்க...”

“எஸ் ஸார்...”

# 13

காலை ஆறு மணி.

ஜட்ஜ் சாம்பசிவராவ், நிலைகுலைந்து போய்ச் சோபாவுக்குச் சாய்ந்திருக்க -

அவருடைய மனைவி சவுந்திராவும், மூத்த மகள் காதம்பரியும், பெரிய அழுகையில் இருந்தார்கள். காதம்பரியின் கணவன் ரிஷிக்குமார் மட்டும் அதிர்ச்சியை ஜீரணித்துக்கொண்டு, எதிரில் உட்கார்ந்திருந்த விவேக்கையும் கோகுல்நாத்தையும் பார்த்தபடிக் கேட்டான்.

“நவநீதாவைக் கொலை செஞ்ச தியாகு, இப்ப போலீஸ் காவல்லதானே இருக்கான்...?”

“ஆமா...”

“அவனைப் பார்த்து நான் பேசணும்.”

“எதுக்காக அப்படிச் சொல்றீங்க..?”

“ஜெகத் கொலையான மாதிரி அவனும் கொலையாயிடக் கூடாது இல்லையா..?”

“போலீஸ் செக்யூரிட்டி தியாகுவுக்கு அதிகபட்சமாவே போடப்பட்டிருக்கு.”

“நவநீதாவைக் கொடூரமான முறையில கொலை பண்ணின தியாகு, கோர்ட்ல விசாரிக்கப்படறப்ப சட்டத்துல இருக்குற ஓட்டைகளைத் தனக்குச் சாதகமாக்கிக்கிட்டு தப்பிக்க உங்க போலீஸ் நிர்வாகம் விட்டுடக்கூடாது.”

"தியாகு தப்பிக்கவே முடியாது மிஸ்டர் ரிஷிக்குமார், அவனோட வாக்குமூலமும் டெலிபோன் ஆப்ரேட்டர் சாட்சியமும் போலீஸ் தரப்புல தெளிவாயிருக்கு. இப்போ இந்தக் கேஸ்ல உண்டாகியிருக்கிற புதுத் தலைவலி... ஜெகத்தோட கொலை. இது கொலையா தற்கொலையான்னு இன்னும் எங்களாலே முடிவுக்கு வர முடியலை. பை த பை... ஜெகத், நவநீதா மேலே வெச்சிருந்த காதலைப் பத்தி உங்க ஃபேமிலி மெம்பர்ஸ் யாருக்கும் தெரியாதா..?"

"தெரியாது..."

"நவநீதாவுக்குச் சிவப்பு நிறம்தான் பிடிக்கும்ங்கிறது உண்மையா..?"

"ஆமா..."

"ஏன் அப்படி..?"

"தெரியலை. பெரும்பாலும் அவளுக்கு எந்தப் பொருளை வாங்கினாலும் அது ரெட்லதான் இருக்கணும், அவ வாங்கியிருக்கிற கைனடிக் ஹோண்டா ஸ்கூட்டரிலிருந்து ஹேர்பின் வரை எல்லாமே சிவப்புதான்."

"நவநீதாவோட அறையை நாங்க பார்க்கணும்."

ரிஷிக்குமார் தன் மாமா சாம்பசிவராவைப் பார்க்க, அவர் கண்களில் நீரோடு தலையசைத்தார்.

விவேக்கும் கோகுல்நாத்தும் எழுந்தார்கள். ரிஷிக்குமார் மாடியிலிருந்த நவநீதா அறைக்கு அவர்களை அழைத்துக்கொண்டு போனான்.

பெரிய அறை.

சுவரில் மாட்டியிருந்த ஒரு பெரிய ப்ளோ - அப்பில் சிவப்பு மிடி போட்டுக் கொண்டு, கன்னம் குழியச் சிரித்தாள் நவநீதா. ஜன்னலுக்குத் தாமரைப் பூக்கள் எம்பிராய்டரி செய்யப்பட்ட திரைச் சீலைகள், சிறிய சிவப்பு நிற ஃப்ரிட்ஜ். சிவப்பில் லாமினேஷன் செய்யப்பட்ட மேஜை,

நாற்காலி, டீப்பாய், அதன் மேல் சிவப்பு வண்ண கம்பிளித் துணி. கோர் டிஜிட்டல் மாடல் டெலிபோன் நல்ல சிவப்பில் இருந்தது.

மேஜை டிராயரை இழுத்துப் பார்த்தான் விவேக். கல்லூரிப் பாடப் புத்தகங்கள்.

ஒவ்வொன்றாய்க் கலைத்துப் பார்த்தான்.

உபயோகமானதாய் எதுவும் கிடைக்கவில்லை.

இரண்டாவது டிராயரை இழுத்தபோது - உள்ளே, சென்ற புத்தாண்டுக்கும் பொங்கலுக்கும் தோழிகள் அனுப்பிய வாழ்த்து அட்டைகள் அடைசலாய்த் தெரிந்தன.

விவேக் அவைகளை அள்ளி மேஜையின் மேல் போட்டான்.

"கோகுல்நாத்! இதைக் கொஞ்சம் கிளறிப் பாருங்க... நான், ரூமோட மத்த பகுதிகளைப் பார்த்துடறேன்..!"

கோகுல்நாத், நாற்காலியை இழுத்துப்போட்டுக் கொண்டு உட்கார்ந்துவிட... விவேக், அறையின் மூலையில் இருந்த வார்ட்ரோப்பை நோக்கிப் போனான்.

வார்ட்ரோப் இழுபட்டது.

ஹேங்கர்களில் புடவைகளும் சல்வார் கம்மீஸ்களும் அடைசலாய்த் தொங்கிக் கொண்டிருந்தன. பாதிக்கு மேல் எல்லாமே சிவப்பு.

ரிஷிக்குமாரிடம் விவேக் கேட்டான்.

"நவநீதாவோட ஃப்ரெண்ட்ஸ் சர்க்கிள் எப்படி..?"

"எனக்கு ஐடியா இல்லை ஸார்..."

"நவநீதாவைக் கல்யாணம் பண்ணிக்க சொந்தத்திலேயே ஒரு அத்தைப் பையன் இருக்கிறதாய் கேள்விப்பட்டேன். உண்மையா?" -

"உண்மைதான்...."

"அவரோட பேர் என்ன?"

"ப்ருதிவிராஜ்..."

"நவநீதாவை, ஜெகத் ஆள்வெச்சுக் கொலை பண்ணியிருக்கான். கொலை செய்யுற அளவுக்கு ஒருத்தனுக்கு வெறுப்பு ஏற்படணும்னா... நவநீதா அவன்கிட்டே கொஞ்சம் அப்நார்மலா நடந்துக்கிட்டிருக்கணும்."

"அவ அந்த மாதிரிப் பொண்ணு கிடையாது ஸார். என்னைப் பொறுத்தரை நவநீதாவை இவ்வளவு கோரமாக் கொலை செஞ்ச ஜெகத்தும் தியாகுவும் மனநோயாளிகளாதான் இருக்கணும்..."

"ஜெகத்தோட மரணத்தைப் பத்தி என்ன நினைக்கிறீங்க..?"

"கோர்ட் ஒரு வருஷம் கழிச்சுக் கொடுக்கவேண்டிய மரண தண்டனையை இப்பவே யாரோ கொடுத்துட்டாங்க..." ரிஷிக்குமார் சொல்லிக் கொண்டிருக்கும்போதே கோகுல்நாத்தின் குரல் கேட்டது.

"விவேக்..! ஒரு நிமிஷம் இங்கே வாங்க..." விவேக் போனான்.

கோகுல்நாத். கையில் ஒரு இன்லேண்ட் லெட்டர் வைத்திருந்தார்.

"என்ன கோகுல்நாத்..?"

"இந்த லெட்டரைக் கொஞ்சம் பாருங்க..." விவேக் வாங்கிப் பார்த்தான்.

தபால் முத்திரை விழாத இன்லேண்ட் கவர். கோகுல்நாத் சொன்னார்.

"நவநீதா ஒரு ஃப்ரெண்டுக்கு எழுதுன லெட்டர் இது. டேட்டைப் பார்த்தீங்களா விவேக்... பத்து நாளைக்கு முந்தின தேதி. லெட்டரை எழுதிட்டுப் போஸ்ட் பண்ணாமலேயே விட்டிருக்கா..."

விவேக் அந்தக் கடிதத்தைப் படிக்க ஆரம்பித்தான்.

இனிய ப்ரீதாவுக்கு,

நவநீதாவின் லேட்டான கடிதம். கடிதம் லேட்டானதுக்குக் காரணம்... பெரிதாக எதுவும் இல்லை. சோம்பேறித் தனம்தான்.

உன்னுடைய காதல் விவகாரம் எனக்குக் கொஞ்சம் அதிர்ச்சிதான். என்னால் சந்தோஷப்பட முடியவில்லை, என்னைப் பொறுத்தவரைக்கும் இந்தக் காதல் என்கிற வார்த்தையை அகராதியிலிருந்தே எடுத்து விட வேண்டும்.

நீயும் உன்னைப் போலவே எல்லோரும் நினைத்துக் கொண்டிருப்பது போல் காதல் என்பது ஒரு தெய்வீகமான வார்த்தை கிடையாது. அது ஹார்மோன்களின் கலாட்டா, உடம்பில் ஏற்படும் பசி, தூக்கம் மாதிரி அதுவும் ஒரு உணர்ச்சி. அவ்வளவுதான். ஒரு ஆணும் பெண்ணும் முதன்முதலாய் உடம்பு ரீதியாய்த் தொட்டுக்கொள்ள முயற்சிக்கும் ஒரு கீழ்த்தரமான உணர்ச்சிக்குப் பெயர்தான் காதல்.

இப்படியெல்லாம் நான் சொல்வதைக் கேட்டு உனக்கு என்மீது கோபம் வரலாம். இருந்தாலும், பொய்யாய் உன்னை உற்சாகப்படுத்த என் மனம் இடம் தரவில்லை.

எந்தப் பெண்ணுக்குமே ஆரம்பகாலக் காதலன் கொஞ்ச நாளைக்கு நல்லவனாக இருப்பான். அதற்கு பிறகு..

எதற்கும் ஒரு தடவைக்கு இரு தடவை யோசி. பின் ஒரு முடிவு எடு. என் மேல் இருக்கும் கோபத்தைக் காட்ட இந்தக் கடிதத்தைக் கிழித்து விடாதே. எடுத்து வைத்துக்கொண்டு, ஒரு நாளைக்கு ஒரு

*தடவையாவது படிக்கவும். அப்படிப் படித்தால் எந்த நிமிஷமாவது உன் மனம் என் கடித வார்த்தைகளில் உள்ள நியாயத்தைப் புரிந்து கொள்ளலாம்.*

**இப்படிக்கு,**
**நவநீதா.**

விவேக் கடிதத்தைப் படித்து முடித்துவிட்டு யார்க்கு அனுப்ப தயாராக இருந்தது என முகவரியைப் பார்த்தான். முகவரி தெளிவாய் எழுதப்பட்டிருந்தது.

ஜி.ப்ரீதா, அறை எண் 23, வொர்க்கிங் விமன் ஹாஸ்டல்,
காருண்யா நகர், சென்னை - 20.

ரிஷிக்குமாரிடம் கடிதத்தை நீட்டியபடியே கேட்டான் விவேக்,

"யார் இந்த ப்ரீதா..?"

அவன் வாங்கிப் பார்த்துவிட்டு உணர்ச்சியற்ற குரலில் சொன்னான். "அதான் தோழின்னு போட்டிருக்காளே ஸார்."

"இந்த ப்ரீதாவை நீங்க பார்த்திருக்கீங்களா?"

"இல்லை..."

விவேக் அந்த இன்ட்லேண்ட் கடிதத்தைப் பத்திரப்படுத்திக் கொண்டு, அறையை மேலும் ஒரு அரைமணி நேரம் அலசிப் பார்த்துவிட்டுக் கீழே வந்தபோது, ஹாலில் ஒரு உறவுக் கும்பல் கூடி அழுகையில் இருந்தது.

தகவல் தெரிந்துகொண்ட பத்திரிகை நிருபர்கள். ஜட்ஜ் சாம்பசிவராவிடம் பேட்டி என்கிற பெயரில் ஏதோ கேள்விகள் கேட்டுக்கொண்டிருக்க, அவர் பதில் சொல்ல முடியாமல் குரல் தழுதழுத்தார்.

"அவரை டிஸ்டர்ப் பண்ணாதீங்க..." என்று சொல்லி நிருபர்களை விரட்டும் முயற்சியில் ஈடுபட்டிருந்த ஒரு இளைஞன், விவேக்கைப் பார்த்ததும் வேகவேகமாக பக்கத்தில் வந்தான்.

"ஸார்... நவநீதாவோட பாடி எப்போ கிடைக்கும்..?"

"நீங்க யாரு..?"

"என் பேரு ப்ருதிவிராஜ். நவநீதாவுக்கு அத்தைப் பையன். அவளுக்கும் எனக்கும் கல்யாணத்தைப் பண்ணி வைக்கப் பெரியவங்க முடிவு செஞ்சு வெச்சிருக்காங்க. பட்... கடவுள் வேறவிதமான முடிவைக் கொடுத்துட்டான்."

"மிஸ்டர் ப்ருதிவிராஜ்... ஒரு நிமிஷம் இப்படி தனியா வர்றீங்களா..?"

விவேக்கோடு போனான்.

ஹாலின் ஒரு ஓரத்துக்கு அவனைக் கூட்டிப்போய் நிற்க வைத்துக்கொண்ட விவேக், அவனிடம் கேட்டான்.

"நவநீதாவுக்கு உங்களைக் கல்யாணம் பண்ணிக்க விருப்பம்தானே..?"

"சென்ட் பெர்சென்ட் விருப்பம் இருந்தது."

"ஜெகத்தைப் பத்தி உங்ககிட்டே சொல்லியிருக்காளா?"

"இல்லை..."

"அவ எப்படி சொல்லாம இருந்திருக்க முடியும் மிஸ்டர் பிருதிவிராஜ்? ஜெகத் அவ மேலே ரொம்பவும் கிரேஸியா இருந்திருக்கான்."

"அதைப் பத்தி எனக்கு எதுவும் தெரியாது ஸார். நானும் நவநீதாவும் தினசரி டெலிபோன்ல பேசிக்குவோம். ஒரு நாள்கூட அவ ஜெகத்தைப் பத்தி என்கிட்டே சொன்னதில்லை. ஜெகத்ங்கற பேரையே இன்னிக்குத்தான் நான் கேள்விப்படறேன்..."

‘இவன் சொல்வது உண்மையா..? பொய்யா?’

விவேக் தன் குளிர்கண்ணாடி அணிந்த கண்களால் ப்ருதிவிராஜை ஒரு சந்தேகப்பார்வை பார்த்தான்.

# 14

காருண்யா நகர். வொர்க்கிங் விமன் ஹாஸ்டல் கட்டிடம் அரதப் பழசாய்த் தெரிய. விவேக்கும் கோகுல்நாத்தும் காரினின்றும் இறங்கி வேப்ப மரங்கள் கொட்டிய நிழலில் நடந்து போய் - அலுவலக அறை என்று எழுதப்பட்ட அறைக்குள் நுழைந்தார்கள்.

பெரிய லெட்ஜர் ஒன்றைப் பிரித்து வைத்துக் கொண்டு எதையோ மும்முரமாய் எழுதிக் கொண்டிருந்த அந்த வயதான பெண்மணி நிமிர்ந்தாள். கோகுல்நாத்தின் போலீஸ் யூனிஃபார்மைப் பார்த்ததும் முகம் வெகுவாய் மாற - எழுந்து நின்றாள்.

"எ... எஸ்..!"

விவேக் சொன்னான். "ஒரு விசாரணை சம்பந்தமா வந்திருக்கோம்..!"

"உட்காருங்க..." என்றவள், அணிந்திருந்த கண்ணாடியைக் கழற்றிக்கொண்டே கேட்டாள்.

"என்ன விசாரணை?"

"இந்த ஹாஸ்டலில் ப்ரீதான்னு யாராவது தங்கியிருக்காங்களா..?"

"ஆமா..."

"அவங்களைப் பார்க்கணும்."

"அந்தப் பொண்ணு இப்போ ரூம்ல இல்லை..."

“எங்கே போயிருக்கா..?”

“தெரியலை! ரெண்டு நாளாவே அவ ஹாஸ்டலுக்கு வரலை. ரூம் பூட்டித்தான் இருக்கு...”

“ப்ரீதா எங்கே வேலை பார்க்கிறா..?”

“‘ஜெம்ஸ்’னு ஒரு செயற்கை வைரங்கள் தயாரிக்கிற கம்பெனியில டைப்பிஸ்ட்டா வேலை பண்றா...”

“அவ எங்கே போயிருக்கான்னு இங்கே தங்கியிருக்கிற யாருக்காவது தெரியுமா..?”

“இன்னிக்குக் காலையிலகூடப் பக்கத்து ரூம்மேட்ஸைக் கேட்டேன். யாருக்கும் தெரியலை...”

“அவ வேலை செய்யுற ஆபீஸுக்குப் போன் பண்ணிப் பார்த்தீங்களா..?”

“இல்லை...”

“ஏன்..?”

“இந்த ஹாஸ்டல் நிர்வாகம் இங்கே தங்கியிருக்கிறவங்களோட பர்சனல் விவகாரங்கள்ல தலையிடறதில்லை.”

“அந்த கம்பெனி போன் நம்பரைக் குடுங்க...”

அந்தப் பெண்மணி மேஜை டிராயரைத் திறந்து - ஒரு டயரியை எடுத்துப் பிரித்துப் பார்த்து நம்பர் சொல்ல - விவேக் குறித்துக்கொண்டு, மேஜைமேல் இருந்து டெலிபோனை நகர்த்தி வைத்துக்கொண்டு டயல் செய்தான்.

மறுமுனையில் ரிங் போய் ரிஸீவர் உடனே எடுக்கப்பட்டது.

“ஹலோ...”

“ஜெம்ஸ்..?”

“எஸ்...”

“டைப்பிஸ்ட் மிஸ் ப்ரீதா ப்ளீஸ்..!”

“ஒன் மினிட்...” விவேக் காத்திருந்தான்.

ஒன்றரை நிமிஷ நேரத்துக்குப்பின் குரல் கேட்டது. “ஸாரி.. ப்ரீதா ரெண்டு நாளா ஆபீஸுக்கு வரலை.”

“லீவு போட்டிருக்காங்களா..?”

“எஸ்...”

“எதுக்காக லீவு போட்டிருக்காங்கன்னு சொல்ல முடியுமா..?”

“ஸாரி... அது எங்களுக்குத் தெரியாது...” சொன்னவர், சட்டென்று ரிஸீவரை வைத்துவிட்டார்.

விவேக் ரிஸீவரைச் சாத்திவிட்டு அந்தப் பெண்மணியை ஏறிட்டான்.

“ப்ரீதாவோட ரூமைக் காட்றீங்களா? செக் பண்ணனும்... ஒரு விசாரணைக்காக அவளோட ரூமைச் சோதனை போட வேண்டிய நிலைமையில இருக்கோம். உங்ககிட்டே அந்த ரூமுக்கு மாற்றுச் சாவி இருக்கணுமே..?”

“இருக்கு...”

“ப்ளீஸ்... எடுத்துக்கிட்டு வாங்க...”

அவள் தயக்கமாய் எழுந்து பக்கத்து பீரோவைத் திறந்து ஒரு பெரிய மாஸ்டர் - கீ பஞ்ச்சை எடுத்துக் கொண்டாள்.

நடந்தார்கள்.

விவேக் கேட்டான்.

“ப்ரீதாவுக்குச் சொந்த ஊர் எது?”

“பெங்களூர்...”

“இங்கே இந்த ஹாஸ்டலில் எத்த வருஷமாக தங்கியிருக்கா..?”

“ரெண்டு வருஷமா...”

“ப்ரீதாவுக்கு அப்பா, அம்மா..?”

“ஊர்ல இருக்காங்கன்னு சொல்லுவா. ஆனா, இதுவரைக்கும் ஒரு தடவைகூட அவங்க அவளைப்

பார்க்கிறதுக்காக இங்கே வந்தது இல்லை. இவளும் பெங்களூர் போனதில்லை...”

“உங்களுக்கு நவநீதாவைத் தெரியுமா?”

“அது யாரு..?”

“ப்ரீதாவோட ஃப்ரெண்ட்.”

“தெரியாது.”

“ஜட்ஜ் சாம்பசிவராவோட டாட்டர்.”

“ஸாரி, தெரியாது.”

“ப்ரீதாவைத் தேடி ஆண் நண்பர்கள் யாராவது வர்றதுண்டா?”

“இல்லை...”

வராந்தாவில் நடந்து ஒரு அறைக்கு முன்பாய் வந்து நின்றார்.

“இந்த அறைதான்...”

“அவளுக்கு மட்டும் இது தனியறையா... இல்ல வேற யாராவது ஷேர் பண்ணி தங்கியிருக்காங்களா?”

“இல்லை, ப்ரீதா மட்டும்தான்.”

பேசிக்கொண்டே பூட்டுக்குச் சாவியைக் கொடுக்க, அது கீழ்ப்படிந்தது.

கதவைத் திறந்துகொண்டு உள்ளே போனார்கள்.

பத்தடிக்குப் பத்தடி பரப்புள்ள அந்த அறைக்குள் சுவரோரமாய் ஒரு சிறிய கட்டில், ஒரு சிறிய பீரோ, வார மாத இதழ்கள் இறைந்து கிடக்கும் மேஜை.

விவேக்கும் கோகுல்நாத்தும் பார்வைகளை எக்ஸ்ரேவாக்கிக் கொண்டு எல்லாவற்றையும் கிளறிப் பார்க்க ஆரம்பித்தார்கள்.

அரைமணி நேரத் தேடலுக்குப் பின் - ஒரு சேலையின் மடிப்புக்குள் போஸ்ட் கார்ட் சைஸ் புகைப்படத்தில் இருந்த நபரைப் பார்த்ததும், விவேக் - கோகுல்நாத் இருவரின் முகங்களும் மிகப் பெரிய வியப்புக்குப் போயிருந்தன.

# 15

போலீஸ் கமிஷனர் லாரன்ஸ் திகைத்த முகத்தோடு, தனக்கு எதிரே உட்கார்ந்திருந்த விவேக்கை ஏறிட்டார்.

"மிஸ்டர் விவேக்... நீங்க என்ன சொல்றீங்க..?"

"என்னோட சந்தேகத்தைச் சொல்லிட்டிருக்கேன் ஸார். மார்ச்சுவரியில நாம பார்த்த தலை, கை, கால் இல்லாத பொண்ணோட உடம்பு நவநீதாவோடது இல்லை..."

"பின்னே..?"

"அநேகமாய் அது ப்ரீதாவோடதா இருக்கலாம்."

"எப்படிச் சொல்றீங்க..?"

விவேக் தன் சட்டைப் பையில் பத்திரப்படுத்தி வைத்திருந்த போஸ்ட் கார்டு சைஸ் போட்டோவை எடுத்துக் காட்டினான்.

"இந்தப் போட்டோவில் இருக்கிறது யார் ஸார்?"

"தியாகு..."

"அதாவது இப்போ லாக்கப்ல இருக்கிற தியாகு..."

"ஆமா..."

"அவனோட போட்டோ ப்ரீதாவோட அறை பீரோல இருந்த சேலை மடிப்புக்குள்ளே இருந்தது."

"சரி..."

"தியாகுவும் ப்ரீதாவும் காதலர்களா இருந்திருக்கலாம்."

"சரி..."

"ப்ரீதாவை ரெண்டு நாளாக் காணலை. எங்கே போனான்னும் தெரியலை..."

"சரி..."

"ஏதாவது ஒரு காரணத்துக்காக ப்ரீதாவைக் கொலை பண்ணி... அவ தலை, கை, காலை டிஸ்போஸ் பண்ணிட்டுப் பாடியை நவநீதாவோடதுன்னு தியாகு பொய் சொல்றான்னு என் மனசுக்குப்படுது ஸார்."

கமிஷனர், விவேக்கை ஆச்சரியமாய்ப் பார்த்தார்.

"உங்களுக்கு ஏன் அப்படித் தோணுது விவேக்..?"

"தியாகு நம்மகிட்டே சொன்ன ஸ்டேட்மெண்ட்டை கொஞ்சம் ரீவைண்ட் பண்ணிப் பாருங்க ஸார்."

"என்ன சொன்னான்..?"

"மார்ச்சுவரியில் இருந்த நவநீதாவோட டெட்பாடியை போஸ்ட்மார்ட்டம் செய்யறது மூலமாக, அது நவநீதாதான்னு போலீஸ் கண்டுபிடிச்சுடுவாங்களோன்னு பயந்து, பாடி மேல பெட்ரோலை ஊத்தி எரிச்சேன்னு சொன்னான்."

"ஆமா..."

"அதே ஸ்டேட்மெண்ட்டை கொஞ்சம் திருப்பிப்போட்டுப் பாருங்க ஸார்..."

"எப்படி..?"

"மார்ச்சுவரியில் இருந்தது ப்ரீதாவோட டெட்பாடியா இருந்து. அது போஸ்ட்மார்ட்டம் ரிப்போர்ட் மூலமா வெளிப்பட்டுடக் கூடாதேன்னு பயந்து.... தியாகு ஏன் அந்த பாடியை பெட்ரோல் ஊத்தி எரிச்சிருக்கக் கூடாது..?"

கமிஷனர் மலர்ந்தார்.

"மே பி..."

"என்னோட அஸ்ஸெம்ப்ஷன் இப்போதைக்கு இதுதான் ஸார். ப்ரீதாவை ரெண்டு நாளாக் காணோம். தியாகு கொலை

செஞ்சது அவளாக்கூட இருக்கலாம். நவநீதா ஏதோ ஒரு காரணத்துக்காக எங்கயோ மறைச்சு வைக்கப்பட்டிருக்கா...”

“அப்படின்னா தியாகு. தான் நவநீதாவைக் கொலை பண்ணினதாகச் சொன்னது பொய்...”

“ஆமா...”

“எதுக்காக இந்தப் பொய்..?”

“கண்டுபிடிக்கணும்...”

“சரி... இந்த விஷயத்துல ஜெகத் ஏன் கொலை செய்யப்படணும்..? அல்லது தற்கொலை பண்ணிக்கணும்..?”

“தட் டூ... வீ ஹேவ் டு ஃபைண்ட் அவுட் ஸார்..!”

“மிஸ்டர் விவேக்.... நீங்க அஸ்ஸெம்ஷன் பண்ணிச் சொல்ற மாதிரி நவநீதா உயிரோட இருந்தா... ஜட்ஜ் சாம்பசிவராவ் ஃபேமிலிக்கு எவ்வளவு சந்தோஷமா இருக்கும். தியாகுவை விசாரிக்கற விதத்துல விசாரிச்சா எல்லா உண்மையும் வெளியே வந்துடும்.”

விவேக் புன்னகைத்தான்...

“கோகுல்நாத் இப்போ அந்த வேலையைத்தான் பண்ணிட்டிருப்பார் ஸார். கூடவே ரெட் செல் இன்சார்ஜ் வீரபாண்டியும் இருக்கார். கல்லில் இருந்து நார் உரிக்கிற அந்த மனுஷன்கிட்டே தியாகு உண்மையைச் சொல்லித்தான் ஆகணும். இன்னும் ஒரு அரைமணி நேரத்துக்குள்ள கோகுல்நாத் உண்மைகளைத் தெரிஞ்சுக்கிட்டு இங்கே வருவார்.”

# 16

கோகுல்நாத்தும் ரெட்செல் இன்சார்ஜ் சார்ஜெண்ட் வீரபாண்டியும், தியாகு இருந்த லாக்கப்புக்குள்ளே நுழைந்தார்கள்.

பூட்ஸ் சத்தம் கருங்கல் தரையைத் தேய்த்தது. ஒருக்களித்துப் படுத்திருந்த தியாகு, மெதுவாய் எழுந்து உட்கார்ந்தான்.

புன்னகையோடு ஏறிட்டார்.

"தியாகு..!"

லாட்டி அவனுடைய தோளின்மேல் கனமாய் உட்கார்ந்தது. தியாகு மிரண்டான்.

"ஸா... ஸார்..!"

"இந்த நிமிஷத்திலிருந்து கொஞ்சம் உண்மை பேசுவோமா..?"

"உண்மையா..?"

"ம்... உண்மைதான்! நேத்து ராத்திரி நீ மாட்டுனப்ப கொடுத்த ஸ்டேட்மெண்ட் பொய்னு நாங்க நினைக்கிறோம்."

"ஸார்...?"

"ம்..! நீ கொலை பண்ணின அந்தப் பொண்ணு பேரு என்னடா?

"நவநீதா ஸார்..."

"நிஜமா நவநீதாதானா..?"

"ஆமா ஸார்..."

"அது நவநீதா இல்லை. ப்ரீதான்னு நாங்க சொல்றோம்..."

"ப்ரீதாவா..? யார் ஸார் அது..?"

"தியாகு... இந்த நடிப்பெல்லாம் இனி உதவாது. இவர் யார் தெரியுமா..? ரெட்செல் இன்சார்ஜ் சார்ஜெண்ட் வீரபாண்டி. இவர் ஊமையைக் கூடப் பேச வெச்சிருக்கார். உன்கிட்டேயிருந்து உண்மையை வரவழைக்கிறதுக்காகவே ஸ்பெஷலா வந்துருக்கிறாரு..."

தியாகு, வீரபாண்டியை நிமிர்ந்து பார்த்தான். கிட்டத்தட்ட ஆறடி உயரம். லேசாய் விஜயகாந்த்தை ஞாபகப்படுத்தினார். கையில் அசைந்த எண்ணெய் தடவிய லாட்டி, வெளிச்சத்தில் மினுமினுத்தது. காக்கி அரை டிராயரிலும் பனியனிலும் எண்பது கிலோ உடம்பு திமிறியது.

தியாகு, பய எச்சில் விழுங்கினான்.

"ஸா... ஸார்... நேத்து ராத்திரி... நான் கொடுத்த ஸ்டேட்மெண்ட் உண்மை. நான் கொலை பண்ணினது நவநீதாவைத்தான்..."

"அப்படின்னா... ப்ரீதான்னு யாரையும் உனக்குத் தெரியாது..?"

"தெரியாது ஸார்..!"

"ப்ரீதா யார்னு உனக்கு ஞாபகப்படுத்துறேன்..! அவ நவநீதாவோட ஃப்ரெண்ட் காருண்யா நகர் வொர்க்கிங் விமன் ஹாஸ்டல்லே தங்கி, 'ஜெம்ஸ்' கம்பெனியில வேலை பார்த்துட்டிருந்தா..."

தியாகு தலையாட்டினான்.

"எனக்குத் தெரியாது ஸார்..."

"ச்சொத்..!" சார்ஜெண்ட் வீரபாண்டி லாடம் அடித்த தன் பூட்ஸ் காலால் தியாகுவின் இடுப்பை எதிர்பாராத ஒரு விநாடியில் எட்டி உதைக்க... அவன் பெரிய அலறலோடு சுவரோரமாய்ப் போய் விழுந்தான்.

எழ முடியவில்லை. அடி வயிற்றில் வலி கொக்கி போட்டு இழுத்தது.

வீரபாண்டி அவனைக் கொத்தாய்ப் பிடித்துத் தூக்கினார்.

"இதோ பார்..! கேட்கிற கேள்விகளுக்கு உண்மையைச் சொல்லிட்டியானா... ஒழுங்காகச் சாப்பிடலாம். ஒழுங்காக டாய்லெட் போலாம், பொய் பேசிட்டே இருந்தே... ஒரு வாரம் பத்து நாளைக்கு நீ சாப்பிடவும் முடியாது. டாய்லெட்டுக்குப் போய் உட்காரவும் முடியாது..."

தியாகு தன் அடிவயிற்றை இரண்டு கைகளாலும் பற்றிக்கொண்டு, கோகுல்நாத்தைப் பரிதாபமாய் ஏறிட்டான்.

"ஸ்... ஸார்..! சத்தியமா... அந்த ப்ரீதா யார்னு எனக்குத் தெரியாது..."

"நீ தெரியாதுன்னு சொல்றே..? ஆனா, உன்னோட போட்டோ அவ ரூம்ல இருந்ததே... அது எப்படி..?"

தியாகு விழித்தான்.

"என்னோட போட்டோ அவ ரூம்ல இருந்ததா..?"

"ஆமா..."

"அப்படி இருந்திருக்காது ஸார்..."

வீரபாண்டி இப்போது தன் இடது பூட்ஸ் காலை உயர்த்தி உக்கிரமாய் ஒரு உதை உதைக்க - தியாகு சுவருக்குப் போய் இடித்துக்கொண்டு சரிந்தான்.

முன் நெற்றியில் இப்போது ரத்தக் காயம்.

கோகுல்நாத் அவன் அருகே குனிந்தார்.

"நீ உண்மையைச் சொல்ல அடம்பிடிச்சா, இந்த ரத்தக் காயங்கள் அதிகமாகும். ரெண்டே ரெண்டு கேள்விக்கு மட்டும் உண்மையைச் சொல்லு, போதும். முதல் கேள்வி – நீ யாரை கொலை செஞ்சே? ரெண்டாவது கேள்வி – ஜெகத்தைக் கொலை பண்ணினது யார்..?"

தியாகு மிரள மிரளப் பார்த்தான்.

"ம்.. சொல்லு..."

"ஸார்... நான் கொலை பண்ணினது நவநீதாதான் ஸார். ப்ரீதா யாருன்னே எனக்குத் தெரியாது..."

"சரி... ஜெகத்தைக் கொலைப் பண்ணினது யாரு..?"

"தெரியாது..."

வீரபாண்டி, ஆக்ரோஷமாகி - தன் முழுப்பலத்தையும் திரட்டி, தியாகுவின் உயிர்நிலையில் எட்டி உதைக்க - அவன் வீறிட்டபடி முன்பக்கமாய் மடங்கி மல்லாந்தான்.

வாயிலும் மூக்கிலும் சிவப்பாய் - கொழ கொழப்பாய் ரத்தம் கொட்டியது.

வீரபாண்டி குரல் கொடுத்தார்.

"கான்ஸ்டபிள்..."

கான்ஸ்டபிள் ஒருவர் உள்ளே ஓடி வந்தார்.

"கொஞ்சம் தண்ணி கொடுத்து இவனை எழுப்பி உட்காரவை."

கான்ஸ்டபிள் அறையின் மூலையில் இருந்த பானைக்குப் போய் ஒரு டம்ளர் தண்ணீரைக் கொண்டு வந்து தியாகுவை எழுப்பும் முயற்சியில் ஈடுபட்டார்.

வீரபாண்டி, கோகுல்நாத்திடம் கேட்டார்.

"இவனை இப்படி உதைச்சா உண்மை வராது ஸார்... எலெக்ட்ரிக் சேம்பர்க்கு கூட்டிப்போய் கொஞ்சம் ஷாக் குடுத்துப் பார்க்கலாமா..?"

"அந்த அளவுக்குப் போக வேண்டியதில்லை வீரபாண்டி. பூட்ஸ் உதையிலும் லாட்டியிலுமே அவனை உண்மை பேச வெச்சுடலாம்..."

வீரபாண்டி அதற்குப் பதில் சொல்லும் முன் - தியாகுவிடம் குனிந்திருந்த அந்தக் கான்ஸ்டபிளின் குரல் கேட்டது.

“ஸ... ஸார்...”

“என்ன..?

“அடி பலமா விழுந்ததுல ஆள் செத்துட்டான் ஸார்...”

# 17

போலீஸ் கமிஷனரிடம் பேசிக்கொண்டிருந்த விவேக் - டெலிபோன் ஒலித்ததும் ரிஸீவரை எடுத்துக் காதில் வைத்தான்.

"ஹலோ..."

"விவேக்..." என்று ஆரம்பித்த கோகுல்நாத்தின் குரலைக் கேட்டதும் விவேக் ஆர்வமானான்.

"சொல்லுங்க கோகுல்நாத்..."

"விவேக்..! ஒரு அன்ஃபார்ச்சுனேட் இன்ஸிடென்ட்."

"என்ன..?"

"தியாகு இறந்துட்டான்."

விவேக் அதிர்ந்தான்.

"எ... எ... எப்படி..?"

"சார்ஜெண்ட் வீரபாண்டி தியாகுகிட்டேயிருந்து உண்மையை வரவழைக்கிறதுக்காகக் கொஞ்சம் ஃபோர்ஸை யூஸ் பண்ணினார். அதைத் தாங்கிக்க முடியாம..."

"என்ன... கோகுல்நாத்..? அவனைப் பார்த்து ஹேண்டில் பண்ண வேண்டாமா?"

"வீரபாண்டி கொஞ்சம் ஆத்திரப்பட்டுட்டார். அடி உயிர்நிலையில் பட்டதாலே மரணம்..."

விவேக் சில விநாடிகள் மௌனித்துவிட்டுக் கேட்டான்.

“விசாரிச்ச வரையில ஏதாவது சொன்னானா..?”

“ப்ரீதாவைத் தனக்குத் தெரியாதுன்னு சொன்னான்.”

“அவ ரூம்ல போட்டோ இருந்ததைச் சொன்னீங்களா?”

“சொன்னேன்.”

“என்ன சொன்னான்..?”

“அதைப்பத்தித் தனக்கு தெரியாதுன்னு சொன்னான். தான் கொலை செஞ்சது நவநீதாவைத்தான்னு மறுபடியும் மறுபடியும் அடிச்சுச் சொன்னான்...”

“சரி... நானும் கமிஷனரும் இப்போ ஸ்பாட்டுக்கு வர்றோம். இந்த லாக்கப் டெத் விஷயம் வெளியே போக வேண்டாம்....”

விவேக் ரிஸீவரை வைத்துவிட்டு நிமிர, கமிஷனர் கேட்டார். “எனிதிங் சீரியஸ்..?”

“எஸ் ஸார்...” என்று கவலையாய்த் தலையசைத்து விவேக், விபரத்தைச் சொன்னதும் அவர் வெகுவாய் முகம் மாறினார்.

“வெண்ணெய் திரண்டு வர்ற நேரத்துல தாழியை உடைச்ச கதையா குளறுபடி பண்ணிட்டாங்களே..?”

மேஜை மேல் இருந்த இண்டர்காம் முணுமுணுத்தது. பட்டனை அழுத்திவிட்டுப் பேசினார் கமிஷனர்.

“எஸ்.”

வரவேற்பறையிலிருந்து உதவியாளர் பேசினார்.

“ஸார்..! உங்களைப் பார்த்துப் பேசுறதுக்காக மிஸ்டர் ஜோத்ராம்னு ஒருத்தர் வந்திருக்கிறார்...”

“ஜோத்ராம்..?”

“ஜெகத்தோட அப்பான்னு சொல்றார்.”

“ரூமுக்கு அனுப்பி வையுங்க...”

ரிஸீவரை வைத்த கமிஷனர். விவேக்கிடம் சொன்னார்.

“ஜெகத்தோட அப்பா வர்றார்...”

“வெளிநாட்லே இருந்த அவருக்கு அதுக்குள்ளே தகவல் போய், வந்துட்டாரா..?”

“தனி ஃப்ளைட் பிடிச்சு வந்திருக்கலாம்.”

“இனி இவர் என்ன சொல்லப் போறாரோ..?”

“ரொம்பவும் சுலபமா முடிஞ்சிருக்க வேண்டிய இந்தக் கேஸ், ஒவ்வொரு நிமிஷமும் மகா குழப்பமாயிட்டு வருது...”

அறைவாசலில் நிழலாடியது.

“ப்ளீஸ் கம் இன்...”

ஜோத்ராம் உள்ளே நுழைந்தார்.

ஐம்பதிலிருந்து ஐம்பத்தைந்து வயதுக்குள் - வேட்டி ஜிப்பா அணிந்து, தளர்வாய் இருந்தார். முகத்தில் புத்திர சோகம்.

“ப்ளீஸ் ஸீட்டட்...”

கமிஷனர் இருக்கையைக் காட்ட, ஜோத்ராம் தளர்வாய் உட்கார்ந்தார்.

விவேக் அவரை ஏறிட்டான்.

“அமெரிக்கால இருந்து எப்போ வந்தீங்க?”

“நான் அமெரிக்கா போகலை, சிங்கப்பூர்லதான் இருந்தேன். நான் எங்கே இருக்கேன்னு கம்பெனி மானேஜருக்குத் தெரியும். அவர் தகவல் கொடுத்தவுடன் புறப்பட்டு வந்தேன்...”

“உங்க மகனோட மரணத்தைப் பத்தி நீங்க என்ன நினைக்கிறீங்க..? அது கொலையா... தற்கொலையா..?”

“தற்கொலை பண்ணிக்கிற அளவுக்கு அவன் கோழை கிடையாது. அதுவும் ஒரு பொண்ணுக்காக - அவ கிடைக்கலைங்கிற காரணத்துக்காக உயிரை விடக்கூடிய அளவுக்கு கோழை இல்லை...”

“லெட்டர் மாதிரி ஏதோ எழுதி வெச்சிருந்தானே?”

“அது லெட்டர் இல்லை. கவிதை. இந்தக் கவிதை எழுதற பழக்கம்தான் அவனுடைய வாழ்க்கைக்கே ஒரு பெரிய தடைக்கல்லாய் இருந்தது.”

“சரி... உங்க மகனோட கொலைக்கு யார் காரணமாயிருக்க முடியும்னு நினைக்கிறீங்க..?”

“எனக்குத் தெரியலை...”

“அவன் நவநீதாங்கிற பொண்ணை விரும்பிட்டிருந்த விஷயமாவது தெரியுமா?”

“தெரியாது! ஆனா...”

“சொல்லுங்க...”

“நான் கல்யாணப் பேச்சை எடுக்கும் போதெல்லாம் அவன் ‘என் கல்யாணத்துக்கு இப்ப அவசரமில்லை. நான் சொல்லும்போது நீங்க பண்ணி வெச்சாப் போதும்’னு சொல்லுவான்...”

“தியாகுவை உங்களுக்குத் தெரியுமா?”

“தெரியாது.”

“அவரோட ஃப்ரண்ட்ஸ் சர்க்கிள் பத்தி..?”

“தெரியாது...”

விவேக் மேற்கொண்டு கேள்வியைக் கேட்கும்முன், ஜோத்ராம் வாயைத் திறந்தார்.

“நீங்க கொலையாளியைக் கெஸ் பண்ணிட்டீங்களா?”

“இல்லை...”

“ஜெகத்தோட பாடி எப்போ கிடைக்கும்..?”

“போஸ்ட்மார்ட்டம் ரிப்போர்ட் இன்னும் எங்க கைக்கு கிடைக்கலை. அது முடிஞ்சதும் பாடியை உங்ககிட்டே ஒப்படைச்சுடுவோம். பை தி பை... உங்க கிட்டே லைசென்ஸ்ட் ரிவால்வர் ஏதாவது இருந்ததா..?”

“இல்லை...” என்று மறுத்த ஜோத்ராம், தீர்க்கமான குரலில் சொன்னார்.

“என் மகனைக் கொலை செஞ்சது யாராயிருந்தாலும் சட்டப்படி தண்டனையை வாங்கிக் கொடுக்க வேண்டியது

உங்க கடமை. அந்தக் கடமையிலிருந்து நீங்க தவற பட்சத்தில், கொலையாளி யார்னு கண்டு பிடிச்சு ஒரு கொடூரமான தண்டனையை தர என்னால முடியும்...”

# 18

இரவு ஒன்பது மணி. வீடு திரும்பிய விவேக்கை ரூபலா வாசலிலேயே கேட்டாள். "என்ன... தியாகு எல்லாத்தையும் சொல்லிட்டானா..?"

விவேக் பெருமூச்சு விட்டான்.

"அவன் உயிரோட இருந்தாத்தானே சொல்றதுக்கு?"

"ஏன்... என்னாச்சு..?"

"லாக்கப் டெத்... சார்ஜெண்ட் வீரபாண்டி கொஞ்சம் ஃபோர்ஸ்ஸா ஹாண்டில் பண்ணதுல உயிரை விட்டுட்டான்."

"அடப்பாவமே!"

விவேக் வீட்டுக்குள்ளே நுழைந்து சோபாவுக்குச் சரிந்தான்.

ரூபலா பக்கத்தில் வந்து உட்கார்ந்தபடி கேட்டாள்.

"மார்ச்சுவரியில் இருந்த டெட்பாடி யாரோடது... நவநீதாவா..? இல்லை... ப்ரீதாவா..?"

"தெரியலையே..."

"நான் நவநீதாவைத்தான் கொலை செஞ்சேன்னு தியாகு சொல்லியிருக்கானே..?"

"அவன் ஏன் பொய் சொல்லியிருக்கக் கூடாது..?"

"அவன் எதுக்காகப் பொய் சொல்லணும்..?"

"ரூபி..! நீ ஒரு விஷயத்தை யோசிச்சுப் பார்க்கணும். தியாகு மார்ச்சுவரியில் இருந்த டெட்பாடியை எரிக்க ஏன் முயற்சி பண்ணான்?"

“பாடியை போஸ்ட்மார்ட்டம் செய்யறப்ப அடையாளம் தெரிஞ்சுடக் கூடாதுங்கிறதுக்காக....”

“அதாவது, அவனுடைய ஸ்டேட்மெண்ட்படி அது நவநீதாதான்னு வெளியே தெரிஞ்சுடக்கூடாது..?”

“ஆமா...”

“இப்படி யோசிச்சுப் பாரு...”

“எப்படி?”

“தியாகு கொலை செஞ்சது ப்ரீதாவை. அந்த டெட்பாடி ப்ரீதாதான்னு போலீஸுக்குத் தெரிஞ்சுட்டா... நவநீதா எங்கேன்னு தேட ஆரம்பிப்பாங்க. அப்படி அவங்க தேடக் கூடாது. கொலையானது நவநீதாதான்னு எல்லோரும் நம்பணும்.”

“அதனால அவனுக்கு என்ன லாபம்..?”

“ஏதோ ஒரு லாபம் தியாகுவுக்கோ... இல்லேன்னா அவனுக்குப் பின்னணியில் இருக்கிறவங்களுக்கோ இருக்கப் போய்த்தான் இத்தனை விபரீதங்கள் நடந்திருக்கு”

“ஆரம்பத்துல கேஸ் ஈஸியா மூவ் ஆன மாதிரி இருந்தது. அப்புறம் பார்த்தா ஏக சிக்கலாகத் தெரியுது...”

“ஒரே குழப்பம். கேஸ் இப்போ எங்கே ஆரம்பமாகுதுன்னே புரியலை..!”

“ஜெகத் விவகாரம் என்னாச்சு..? அது கொலையா, தற்கொலையா?”

“அது இன்னும் ஒரு மணி நேரத்துல தெரிஞ்சுடும்.”

“எப்படி..?”

“விஷ்ணுவை ஒரு இடத்துக்கு அனுப்பி வெச்சிருக்கேன். அவன் கொண்டுவரப் போற தகவல்ல ஜெகத்தோட மரணம் எப்படின்னு வெளிச்சத்துக்கு வந்துடும்.”

“விஷ்ணுவை எங்கே அனுப்பியிருக்கீங்க..?”

"வாட்ச்மேன் வீராசாமி வீட்டுக்கு..."

"வாட்ச்மேன் வீராசாமியா..? யாரது..?"

"கிண்டி ரேஸ்கோர்ஸ் ரோட்டுல ஜெகத் கார்ல இறந்து கிடந்ததை முதல்முதலாப் பார்த்த ஆசாமி."

"ஆமா, சொன்னீங்க... அந்த வாட்ச்மேன் பேர் வீராசாமியா?"

"எஸ்..."

"அவன் வீட்டுக்கு விஷ்ணுவை எதுக்காக அனுப்பியிருக்கீங்க...?"

"அவன்கிட்டே கொஞ்சம் தப்பு இருக்கு..."

"தப்பா..? என்ன தப்பு..?"

"இது வெளியே யாருக்கும், ஈவன் கமிஷனருக்குக் கூடத் தெரியாது...."

"வீராசாமிகிட்ட என்ன தப்பு..?"

"ஜெகத்தோட பாடியை முதல்முதலா பார்த்து தகவல் கொடுத்தவன்ங்கிற முறையில அவனைக் கூப்பிட்டு விசாரணை பண்ணிட்டிருக்கும்போது, அந்த ராத்திரி என் கையிலிருந்த டார்ச்சோட வெளிச்சம் அவன் மேல அடிக்கடி பட்டு பட்டு விலகிச்சு. அப்படி ஒருதடவை அவன் மேலே வெளிச்சம் பட்டப்ப.... அவனோட வலது பக்க காக்கி முழங்கைச் சட்டைக்கு கீழே சின்னதாய் சிவப்பா ஏதோ தீற்றல் மாதிரி தெரிஞ்சது. டார்ச் வெளிச்சத்தை அந்தப்பக்கமா திருப்பி கவனமாப் பார்த்தேன். ரத்தக்கறைன்னு தெரிஞ்சுது."

"உடனே உஷாராயிட்டீங்களாக்கும்?"

"ஆமா..! ஆனா, அந்த ரத்தக்கறையைப் பார்த்ததை நான் காட்டிக்கலை..."

"எனக்கொரு சந்தேகம்..."

"என்ன..?"

“ஜெகத்தோட பாடியை, வீராசாமி காருக்குப் பக்கத்துல வந்து பார்த்தப்ப தவறிப்போய் ரத்தம் முழங்கைச் சட்டைப்பகுதியில பட்டிருக்கலாம் இல்லையா..?”

விவேக் புன்னகைத்தான்.

“அந்தச் சந்தேகம் எனக்கும் இருந்தது ரூபி. ஆனா நான் கேட்டகேள்விக்கு அவன் என்ன பதில் சொன்னான் தெரியுமா?”

“என்ன சொன்னான்..?”

“காரைத் திறந்து உள்ளே யார் இருக்காங்கன்னு நான் பார்க்கலை. ஜெகத்தோட பாடியைக் காருக்கு வெளியே இருந்து தொடாமத்தான் பார்த்தேன்னான். கார் கதவையே தொடாதவனோட மணிக்கட்டுப் பகுதியில ரத்தக்கறை பட்டிருக்க வாய்ப்பு இல்லையே..!”

“நல்ல பாயிண்ட்...”

“வீராசாமி, ஜெகத்தோட பாடியைத் தொட்டிருக்கணும். அப்படித் தொட்டதை அவன் ஏன் மறைக்கணும்..? அதுக்குக் காரணம் நமக்குத் தெரிஞ்சா, ஜெகத்தோட மரணம் கொலையா தற்கொலையாங்கிற குழப்பத்துக்கு ஒரு முடிவு கிடைக்கும்...”

“சரி..! விஷ்ணு வர்றதுக்குள்ளே நீங்க ஒரு குளியலைப் போட்டுட்டு... சாப்பிட வாங்க...”

விவேக் எழுந்தான்.

குளியலை முடித்துக்கொண்டு விவேக் டிபன் சாப்பிட உட்கார்ந்தபோது...

வாசலில் பைக் தடதடத்தது.

ரூபலா எட்டிப் பார்த்தாள்.

விஷ்ணு.

# 19

விஷ்ணு புன்னகைத்துக் கொண்டே உள்ளே வந்தான். விவேக் கேட்டான்:

"போன காரியம் என்னாச்சு விஷ்ணு..?"

"பழம் ஸார்..! பழுத்த பழம்."

"மொதல்ல இப்படி உட்கார்..."

உட்கார்ந்தான்.

"இப்போ சொல்லு..."

"நீங்க அஸ்யூம் பண்ணது சரிதான் பாஸ்..! வாட்ச்மேன் வீராசாமியோட காக்கி சர்ட்டோட மணிக்கட்டுப் பகுதியில் இருந்த ரத்தக்கறை ஜெகத்தோட உடம்பைத் தொட்டப்ப ஏற்பட்டதுதானாம்...

"ஒத்துக்கிட்டானா..?"

"மொதல்ல ஒரு அரைமணி நேரம் அடம்பிடிச்சான். அப்பறம் ஒத்துகிட்டான்."

"எப்படி மடக்கினே..?"

"சாயந்திரம் ஏழு மணி வரைக்கும் வீராசாமி வீட்டுக்கே வரலை பாஸ். வீட்ல அவனோட வொய்ஃபும் ரெண்டு பொண்ணுங்களும்தான் இருந்தாங்க. நான் போலீஸ் தோரணையெல்லாம் விட்டுட்டு சாதாரண ஆள் மாதிரி வாட்ச்மேன் வேலைக்கு யாராவது கிடைப்பாங்களான்னு கேட்டுக்கிட்டு போனேன். அவன் வந்தப்பறம்

வீராசாமிகிட்டே பேசிட்டிருக்கும் போதே நான் யாருன்னு சொல்ல ஆரம்பிச்சேன். ஆள் அப்படியே அரண்டு போயிட்டான்.

காக்கிச் சட்டையோட மணிக்கட்டுப் பகுதியில் ரத்தம் தீற்றல் எப்படி வந்துச்சுன்னு கேட்டதும், ஏதேதோ சொல்லி சமாளிக்கப் பார்த்தான். நீங்க சொல்லிக் கொடுத்த மாதிரி 'ஜெகத்தை நீதானே கொலை செஞ்சே'ன்னு அந்தக் கடைசி அஸ்திரத்தை வீசினேன். அந்த அஸ்திரத்தோட வேகம் தாங்காமல் கால்லேயே விழுந்துட்டான். அப்புறம் உண்மைதானா வெளியே வந்துருச்சு."

"என்ன சொன்னான்..?"

"ஜெகத் தற்கொலை பண்ணிக்கிட்டதை அவனே நேர்லே பார்த்தானாம்."

"எப்படி..?"

"ஜெகத் காரை மரத்துக்குப் பக்கத்துல கொண்டுபோய் நிறுத்தின நிமிஷத்திலிருந்து அந்தக் காரை வாட்ச் பண்ணிட்டிருந்தானாம். ஒரு பதினைஞ்சு நிமிஷம் கழிச்சு காருக்குள்ளே யார் இருக்காங்கன்னு பார்க்கிறதுக்காக வீராசாமி காருக்குப் பக்கத்துல போயிருக்கான். அந்த சமயத்துலதான் ஜெகத் தன் துப்பாக்கியை எடுத்து நெற்றிப்பொட்டில் வெச்சுச் சுட்டுக்கிட்டானாம், ஒரு விநாடி திகைச்சுப் போனவன், காரோட கதவைத் திறந்து ஜெகத்தைக் காப்பாத்த முயற்சி எடுத்திருக்கான். ஆனா காப்பாத்த முடியலை.

ஜெகத் உயிரை விட்டதுமே அவனோட கழுத்தில் இருந்த பத்துப்பவுன் கனமான தங்கச்சங்கிலியும், கையிலிருந்த அஞ்சு பவுன் ப்ரேஸ்லெட்டும், விரல்ல இருந்த வைர மோதிரமும் வீராசாமியோட மனசுக்குள்ளே சலனத்தை உண்டாக்கியிருக்கு. இந்த நகை இருந்தா அவன் பெரிய பொண்ணோட கல்யாணத்தைப் பண்ணிடலாம்னு முடிவு பண்ணி இறந்து

போன ஜெகத் உடம்பிலிருந்து செயின், ப்ரேஸ்லெட், மோதிரம் எல்லாத்தையும் கழட்டிக்கிட்டானாம்...”

“ரிவால்வர்..?”

“அதுவும் ஒரு நல்லவிலைக்குப் போகும்னு நினைச்சு எடுத்து வெச்சுக்கிட்டானாம்...”

“அடப்பாவி. சரி நீ எல்லாத்தையும் சீஸ் பண்ணிட்டியா..?”

“பண்ணி அவனையும் அரெஸ்ட் பண்ணி ஏரியா போலீஸ் ஸ்டேஷனுக்குத் தள்ளிக்கிட்டுப் போய் ஸ்டேட்மெண்ட் எழுதி வாங்கிட்டேன்.”

“ஸோ... ஜெகத் யாராலேயும் கொலை செய்யப்படலை, தற்கொலைதான்..!”

“எஸ் ஸார்...”

“விஷயத்தைக் கமிஷனருக்குக் கன்வே பண்ணிட்டு, நாளைக்குக் காலையிலே பேப்பர்காரங்களுக்குக் கொடுத்துடலாம்...”

தலையாட்டிய விஷ்ணு கேட்டான்.

“ஸார்... அந்தக் குழப்பம் என்னாச்சு..?”

“எதைச் சொல்றே..?”

“தியாகுவாலே கொலை செய்யப்பட்டது நவநீதாவா... இல்லை... ப்ரீதாவா..?”

“அந்தக் குழப்பம் இன்னும் அப்படியேதான் இருக்கு, விஷ்ணு. தியாகுவைக் கொஞ்சம் ஸ்மூத்தா ஹேண்டில் பண்ணியிருந்தா உண்மையை வாங்கியிருக்க முடியும். வீரபாண்டி வீரத்தை அதிகப்படியா காமிச்சி, உண்மை வந்துருக்க வேண்டிய ஒரே ஒரு வழியையும் அடைச்சுட்டார்.”

“கொஞ்ச நேரத்துக்கு இதைப் பத்தி பேசாம சாப்பிடுங்க. விஷ்ணு..! நீயும் சாப்பிடு...”

"வேண்டாம் மேடம். வீட்டுக்காரி எனக்காக வெயிட் பண்ணிட்டிருப்பா. நான் கிளம்புறேன்..."

விவேக், அவனுடைய தோளைப் பிடித்து அழுத்தினான்.

"டேய்... உட்கார்ரா... இங்கே பாதி வயிறு சாப்பிடு, வீட்டுக்குப் போய் மீதி வயிறை ஃபுல் பண்ணிக்கோ..."

"விடமாட்டீங்களே..! இன்னிக்கு இங்கே என்ன அயிட்டம் மேடம்..?"

"சப்பாத்தி... வெஜிடபிள் மசாலா..."

"ஆறே ஆறு சப்பாத்தி மட்டும் போதும் மேடம். அதுக்கு மேலே நான் சாப்பிட மாட்டேன்...."

"அடப்பாவி..!" விவேக் சிரித்துக் கொண்டிருக்கும்போதே டெலிபோன் கூப்பிட்டது.

எழுந்தான்.

ஹாலுக்குப் போய் ரிஸீவரை எடுத்தான்.

"ஹலோ..."

"விவேக்... நான் கோகுல்நாத்..."

"சொல்லுங்க கோகுல்நாத்..."

"ப்ரீதா கிடைச்சுட்டா..."

# 20

ஒரு விநாடி விவேக்கிற்கு மூச்சடைத்துக் கொண்ட மாதிரி இருந்தது.

"என்னது... ப்ரீதா கிடைச்சுட்டாளா..?"

"ஆமா..!"

"எப்படி கோகுல்நாத்..?"

"நியூஸ் இப்பத்தான் வந்தது. ப்ரீதா இப்போ ராயப்பேட்டை ஜெனரல் ஹாஸ்பிடல்ல அட்மிட் செய்யப்பட்டிருக்கா..."

"ஏன்... என்னாச்சு..?"

"ஏதோ ஒரு வண்டி மோதிட்டுப் போயிருக்கு..."

"எங்கே..?"

"எதுவும் தெரியலை விவேக்... நீங்க உடனே புறப்பட்டு ராயப்பேட்டை ஹாஸ்பிடலுக்கு வந்தா விஷயத்தைக் கேதர் பண்ணிடலாம்..."

"இதோ புறப்பட்டேன்..." விவேக் ரிஸீவரை வைக்க - பக்கத்திலேயே ரூபலா, விஷ்ணு நின்றிருந்தார்கள்.

ரூபலா கேட்டாள்.

"என்ன... ப்ரீதா கிடைச்சுட்டாளா..?"

"ஆமா..."

"அப்படின்னா தியாகு கொலை செஞ்சது நவநீதாவையா..?"

"நான் இதை எதிர்பார்க்கலை! விஷ்ணு, கிளம்பு..!"

“என்னங்க... டிபன்..?”

“இனி நாளைக்குக் காலையிலதான் டிபன்...”

விவேக் டிரஸ் மாற்றிக்கொண்டு வருவதற்குள் விஷ்ணு மாருதிக்குள் உட்கார்ந்திருந்தான்.

ரூபலா பெருமூச்சு விட்டுக் கொண்டிருக்கும்போதே கார் கிளம்பிவிட்டது.

இருபது நிமிஷச் சீறல் பயணம்.

ராயப்பேட்டை ஜெனரல் ஹாஸ்பிடல், அனஸ்தீஷியா வாசத்தோடு மூச்சடைத்தது.

முகப்பு அறையிலேயே கோகுல்நாத் காத்திருந்தார். விவேக் அவரோடு பேசிக்கொண்டே நடந்தான்.

“கமிஷனருக்கு தகவல் கொடுத்துட்டீங்களா?”

“அவர் வந்துட்டார் விவேக்... உள்ளே ப்ரீதாவுக்குப் பக்கத்துலதான் இருக்கார்.”

“ப்ரீதா ஹாஸ்பிடல்ல அட்மிட் ஆகியிருக்கிற விஷயம் எப்படித் தெரிஞ்சுது கோகுல்நாத்..?”

“ப்ரீதா ஏதோ ஒரு வண்டியில அடிபட்டு ரெண்டு நாளைக்கு முன்னாடி சுயநினைவு இல்லாத நிலையில இங்கே அட்மிட் செய்யப்பட்டிருக்கா...”

“அட்மிட் செஞ்சது யாரு..?”

“ஒரு ஆட்டோ டிரைவர். அட்மிட் ஆயி ரெண்டு நாளா சுயநினைவு இல்லாமே கிடந்த ப்ரீதாவை யாருக்கும் அடையாளம் தெரியலை. ஒரு அரை மணி நேரத்துக்கு முந்திதான் லேசா அவளுக்கு ஞாபகம் வந்து, தன்னோட பேரை ப்ரீதான்னு சொல்லியிருக்கா. போலீஸ்... போலீஸ்னு முனகியிருக்கா... உடனே டாக்டர்ஸ் போலீஸுக்குத் தகவல் கொடுத்துட்டாங்க...”

“கொண்டு வந்து அட்மிட் பண்ணின ஆட்டோ டிரைவர் யாரு..?”

"டிரைவரோட பேர் சின்னத்தம்பி. ஹாஸ்பிடல்ல வண்டி நம்பரையும் அட்ரஸையும் நோட் பண்ணி வெச்சிருக்காங்க..."

இரண்டு நிமிஷ நடையில் ஐ.ஸி யூனிட் வந்தது.

கமிஷனருக்குச் சம்பிரதாய சல்யூட்டைக் கொடுத்து விட்டு - கட்டிலில் கண்மூடிப் படுத்திருந்த ப்ரீதாவைப் பார்த்தான் விவேக். நல்ல களையான அழகான முகம். தலையிலும் தோள்பட்டையிலும் அடிபட்டிருப்பது தெரிந்தது. காலிலும் ஒரு பாண்டேஜ் கட்டு.

விவேக், கமிஷனரிடம் கேட்டான்.

"ஸார்... ப்ரீதா ஏதாவது பேசினாளா..?"

"அரைமணி நேரத்துக்கு முந்தி பேசினதுதான். அதுக்கப்பறம் இன்னும் பேசலை. மறுபடியும் கொஞ்சநேரத்துல ப்ரீதாவுக்குக் கான்ஷியஸ் திரும்பலாம்னு டாக்டர் சொல்லியிருக்கார்..."

"ஆக்ஸிடெண்ட் எங்கே நடந்தது..?"

"ராயப்பேட்டை லாயிட்ஸ் ரோடு கார்னர்ல, ராத்திரி பதினொரு மணி சுமாருக்கு நடந்திருக்கு."

"எந்த வண்டி மோதினது..?"

"தெரியலை. ஹிட் அண்ட் ரன் கேஸ். ரோட்ல ரத்த வெள்ளத்துல கிடந்த ப்ரீதாவை சின்னத்தம்பிங்கிற ஒரு ஆட்டோ டிரைவர் மனசு கேட்காம தன் ஆட்டோவிலேயே எடுத்துப்போட்டுக்கிட்டு ஹாஸ்பிடல்ல கொண்டுவந்து சேர்த்திருக்கார்..."

விவேக் யோசித்தபடியே கோகுல்நாத்தை ஏறிட்டான்.

"லாயிட்ஸ் ரோடு கார்னர்லதானே தியாகுவோட வீடு?"

"ஆமா..."

"ஒருவேளை ப்ரீதா, தியாகுவைப் பார்க்க அந்த நேரத்துக்கு அங்கே போயிருப்பாளா..?"

"இருக்கலாம்..! ஆனா, தியாகு தனக்கு ப்ரீதாயாருன்னே தெரியாதுன்னு சொல்லியிருக்கானே..?"

"அப்படி அவன் சொன்னது பொய். ப்ரீதாவோட ரூம்ல தியாகுவோட போட்டோ இருந்ததை நாமதான் எடுத்தோமே..!"

"ரெண்டு பேரும் லவ்வர்ஸ்ஸா இருக்கலாம் விவேக்."

"தியாகு அதை ஏன் மறைக்கணும்?"

"ப்ரீதாவுக்குக் கான்ஷியஸ் திரும்பினா எல்லா உண்மையும் வெளியே வந்துடும்..."

விவேக், கமிஷனரிடம் ஜெகத் தற்கொலை செய்துகொண்டுதான் இறந்து போனான் என்பதை வாட்ச்மேன் வீராசாமி மூலம் கண்டுபிடித்ததைச் சொல்ல...

அவர் லேசாக மலர்ந்தார்.

"ஸோ, அந்தப் பிரச்சனை சால்வ்ட். இனி இந்தப் ப்ரீதாதான் பிரச்சனை..."

கமிஷனர் சொல்லிக் கொண்டிருக்கம்போதே... ப்ரீதா மெல்ல உடம்பை அசைத்தாள். டாக்டர் அவளிடம் வேகவேகமாய்க் குனிந்தார். மெல்ல அவளுடைய கன்னங்களைத் தட்டினார்.

"ப்ரீதா... ஹியர் மீ..."

"கண்ணைத் திற..."

ப்ரீதாவின் இமைகள் இப்போது துடித்தன. மெதுவாக - மிக மெதுவாகக் கண்களை மலர்த்தினாள்.

கண்ணின் பாவைகள் மிரட்சியோடு அசைந்தன. விவேக் இப்போது பக்கத்தில் குனிந்தான்.

"இதோ பார் ப்ரீதா..! நீ யாருக்கும் பயப்பட வேண்டியதில்லை. நாங்க போலீஸ். உனக்கு உதவி பண்றதுக்காகத்தான் வந்திருக்கோம்."

ப்ரீதாவின் பார்வை விவேக்கின் முகப்பரப்பின் மேல் நிலைத்தது. உதடுகள் வேகமாய் - பதட்டமாய் அசைந்தது.

"ஸ... ஸார்... நவ... நீதா... வைக்...கா...ப்... பாத்துங்க... அ... அவளை... அவளை..."

"சொல்லு ப்ரீதா..."

"எ... எ... எக்ஸ் மினிஸ்டர் விஜயராஜா வீ... வீட்டுக்குக் கொ... கொ... கொண்டு போனாங்க..."

"எக்ஸ் மினிஸ்டர் விஜயராஜா வீட்டுக்கா..?"

"ஆ... ஆமா..."

"யார் கொண்டு போனாங்க..?"

"தி... தியாகு..."

"தியாகுவை உனக்கு எப்படித் தெரியும் ப்ரீதா..?"

"தி... தியாகுவை... எனக்கு... எனக்கு முன்ன பின்னே தெ... தெரியாது. சுரேஷ்தான் தியாகுவை க...கண்காணிக்கச் சொல்லிட்டுப் பம்பாய் போனார்..."

"சுரேஷா..? யார் அது..?"

"சு... சுரேஷ்... ஒரு சி.பி.ஐ... ஆ... ஆபீஸர். நானும் அவரும் ஒருத்தரையொருத்தர் வி...விரும்புறோம். சீக்கிரமே கல்யாணம் செய்துக்கப் போறோம்... சா... சார்."

"தியாகு போட்டோ உன்னோட ரூம்ல இருந்ததே..?"

"அது... அது... எனக்கு சுரேஷ்... கொ... கொடுத்தது. தியாகுவுக்கு அரசியல் ரீதியா... எக்ஸ்மினிஸ்டர்களோட பழக்கம் இருந்ததினாலே அவனைக் கண்காணிக்கற பொறுப்பை சி.பி.ஐ. சுரேஷ்கிட்டே கொடுத்திருந்தது. சுரேஷ் அவசரமா பம்பாய் புறப்பட்டுப் போக வேண்டியிருந்ததாலே தியாகுவோட போட்டோவை என்கிட்டே கொடுத்து, அவன் எங்கெங்க போறான்னு பாருன்னு சொன்னார்."

ப்ரீதா, பேசுவதைச் சில விநாடிகளுக்கு நிறுத்திவிட்டுத் தொடர்ந்தாள்.

"லா... லாயிட்ஸ் ரோட்ல இருந்த தியாகு வீட்டுக்கு ராத்திரி பத்துமணிக்கு மேலே நான் போனேன்... மறைவாயிருந்து

வீட்டுக்கு வர்ற போறவங்களைக் கவனிச்சிட்டு இருந்தேன். அப்பத்தான் அந்தச் சம்பவம் நடந்தது.”

நாக்கை ஈரப்படுத்திக் கொண்டாள் ப்ரீதா. பின் தொடர்ந்தாள், “பதினொரு மணி சுமாருக்கு விஜயராஜா, ஒரு கறுப்பு அம்பாஸிடர் கார்ல வந்தார். நான் பக்கத்து வீட்டு காம்பவுண்ட் சுவர் ஓரமா போய் மறைஞ்சுகிட்டு, என்ன நடக்குதுன்னு கவனிக்க ஆரம்பிச்சேன். அடுத்த பத்து நிமிஷத்துக்குள்ளே மயக்க நிலையில இருந்த ஒரு பொண்ணை ரெண்டு பேர் உள்ளேயிருந்து தூக்கிட்டு வந்து, அம்பாஸிடர் காரோட பின்சீட்ல போட்டாங்க.

அந்தப் பொண்ணு சிவப்பு சல்வார் கமீஸ் போட்டிருந்தா. கார்ல போட்டவங்க அவ பெரு நவநீதான்னு பேசிக்கிட்டாங்க. சத்தம் போட்டா காரியம் கெட்டுடும்... என்னையும் மடக்கிடுவாங்கன்னு நினைச்சு, கார் புறப்பட்டுப் போனதும் சத்தம் இல்லாம போலீஸுக்குப் போன் பண்றதுக்காக வேக வேகமாக மெயின் ரோட்டுக்கு வந்தேன். ரோட்டோர எதிர் சைட்ல இருந்த எஸ்.டி.டி பூத்தை பார்த்துட்டு வேகமா ரோட்டைக் க்ராஸ் பண்ண போனப்ப ஒரு டெம்போ வேன் என் மேலே மோதிடுச்சு. அதுக்கப்புறம் என்ன நடந்ததுன்னு எனக்குத் தெரியல. கண்விழிச்சுப் பார்க்கறப்ப ஹாஸ்பிடலில் இருந்தேன்.”

விவேக் கேட்டான்.

“நவநீதாவைக் கார்ல கொண்டு போனது எக்ஸ் மினிஸ்டர் விஜயராஜான்னு நிச்சயமாத் தெரியுமா..?”

“அப்படித்தான் தெரிஞ்சது... நீங்க தியாகுவைப் பிடிச்சு விசாரிச்சா உண்மை தெரியும் ஸார்..!”

“தியாகு இப்போ உயிரோட இல்லை.”

லேசாய் அதிர்ந்துபோன ப்ரீதா, பதட்டமாய்ப் புலம்ப ஆரம்பித்தாள்.

“ஸார்... எப்படியாவது நவநீதாவைக் காப்பாத்திடுங்க.”

# 21

ரம் அருந்திக் கொண்டிருந்த எக்ஸ் மினிஸ்டர் விஜயராஜா, அறைக்குள் நுழையும் தன் உதவியாளரைப் பார்த்தார். விஜயராஜாவுக்குத் தொப்பை போட்ட உடம்பு.

“என்ன..?”

“உங்களைத் தேடி போலீஸ் வந்திருக்கு ஸார்....”

“ராத்திரி மணி பத்தரைக்கு மேலாகுது. இப்போ எதுக்காகப் போலீஸ்?”

“தெரியலை ஸார்...”

“விபரம் என்னன்னு கேட்டியா..?”

“கேட்டேன் ஸார்...”

“என்ன சொன்னாங்க..?”

“உங்ககிட்டேதான் பேசணும்னு சொன்னாங்க...”

“ஆட்சி போனாலும் போச்சு... எல்லாருக்கும் பயம் விட்டுப்போச்சு... இந்தப் போலீஸ்காரங்க நேரம் காலம் பார்க்காம விசாரணைக்கு வந்துடறாங்க.”

ரம்மை ஒரே மூச்சில் குடித்துவிட்டு எழுந்தார். மாடி அறையிலிருந்து படிகள் வழியாகக் கீழே ஹாலுக்கு வந்தார்.

ஹால் சோபாவில் கோகுல்நாத்தும் விஷ்ணுவும் உட்கார்ந்திருந்தார்கள்.

விஜயராஜாவைப் பார்த்ததும் எழுந்தார்கள்.

"என்ன விஷயம்..?"

"ஒரு என்கொய்ரி..."

"எது விஷயமா..?"

"ஜட்ஜ் சாம்பசிவராவோட பொண்ணு நவநீதாவை உங்களுக்குத் தெரியுமா..?"

"என்ன பேர் சொன்னீங்க... நவநீதாவா..?"

"ஆமா..."

"இந்தப் பேரை இன்னிக்குத்தான் கேள்விப்படறேன். எதுக்காக அந்தப் பொண்ணைப் பத்தி என்கிட்டே விசாரிக்கிறீங்க..?"

"ஒண்ணும் இல்லை... உங்களைப் பத்தி ஒரு கம்ப்ளைண்ட் வந்தது."

"கம்ப்ளைண்ட்டா..?"

"ம்..."

"என்ன கம்ப்ளைய்ண்ட்?"

"ரெண்டு நாளைக்கு முன்னாடி நவநீதாங்கிற பொண்ணை நீங்க கடத்திக்கிட்டு வந்ததா... ஒரு புகார்..."

விஜயராஜா சிரித்தார்.

"இந்தப் புகாரை யார் கொடுத்தது..?"

"ப்ரீதா..."

"நான் இப்போ மந்திரி பதவியில இல்லேன்னதும் எல்லார்க்கும் இளப்பமாப் போயிடுச்சு... யார் என் மேலே என்ன புகாரைச் சொன்னாலும் நேரம் காலம் பார்க்காம் விசாரிக்க வந்துடறீங்க..."

"ஸாரி ஸார். எங்க ட்யூட்டியை நாங்க பார்த்தாகணும். நீங்க இப்போ சொன்ன பதிலை மேலதிகாரிங்ககிட்டே சொல்லிட்டா எங்க வேலை முடிஞ்சது. நாங்க வர்றோம் ஸார்..."

கோகுல்நாத்தும் விஷ்ணுவும் சொல்லிவிட்டு வாசலை நோக்கி நடக்க -

விஜயராஜா முணுமுணுத்துக் கொண்டே திரும்பவும் மாடிப்படிகள் ஏறினார்.

"ஒரு தடவை மந்திரியா இருந்தவன் கடைசி வரைக்கும் மந்திரியாயிருந்துட்டுத்தான் சாகணும்... பதவி போயிட்டா இப்படித்தான். வழியில போறவன் வர்றவன் எல்லாம் புகார் கொடுப்பான்..."

மாடியறைக்குள் நுழைந்தார்.

கதவைச் சாத்திக்கொண்டு கட்டிலில் இருந்த செல்லுலார் போனை எடுத்து எண்களைத் தட்டினார்.

மறுமுனையில் ரிஸீவர் எடுக்கப்பட்டதும் பேசினார்.

"யாரு... வேலுச்சாமியா..?"

"போலீஸ் ஸ்மெல் பண்ணிட்டாங்க, நவநீதாவை நம்ம கார்ல கொண்டு வந்தது யாருக்கோ தெரிஞ்சு போலீஸ்வரைக்கும் விஷயத்தைக் கொண்டு போயிருக்காங்க."

".........."

"தியாகுவா..? அவன் உயிரே போனாலும் என்னைக் காட்டிக் கொடுக்க மாட்டான்."

".........."

"சரி... இனிமேல நாம இருக்கவேண்டிய ஜாக்கிரதைல இருப்போம். நவநீதா அங்கே எப்படி இருக்கா...?"

".........."

"அழிச்சாட்டியம் பண்றாளா..? பண்ணட்டும்... பண்ணட்டும். வாரம் பத்து நாள் வெச்சு ஆசைதீர தொட்டுப் பார்த்துட்டுப் பெட்ரோல் குளியலை நடத்திடுவோம்..."

"அவளை நீ பத்திரமா பார்த்துக்கோ... ஜாக்கிரதை."

பேசி செல்ஃபோனை வைத்துவிட்டுத் திரும்பிய விஜயராஜா திடுக்கிட்டார்.

அவருக்கு வெகுபக்கத்தில் - விவேக்.

மார்புக்குக் குறுக்காய் கைகளைக் கட்டியபடி - உதட்டுக்கு ஒரு சிரிப்பைக் கொடுத்தபடி.

# 22

விஜயராஜாவுக்குக் குரல் நடுங்கியது.

“நீ... நீங்க..?”

“விவேக், க்ரைம் பிராஞ்ச்...” அவர் முகம் வியர்த்து விழிக்க - விவேக் தொடர்ந்தான்.

“நான் எப்படி உள்ளே வந்தேன்னு பார்க்கிறீங்களா முன்னாள் மந்திரி ஸார்? முன்வாசல் வழியா கோகுல்நாத்தையும் விஷ்ணுவையும் அனுப்பிட்டு, நான் பின்வாசல் வழியா உள்ளே வந்து... அதோ அந்தப் பீரோவுக்குப் பின்னாடிதான் இருந்தேன். குற்றவாளிகளைக் கண்டுபிடிக்கிறதுக்காக போலீஸ் கடைப்பிடிக்கிற வழில பழையகால டெக்னிக்ல இதுவும் ஒண்ணு. நான் இப்படி பின்பக்க வழியா வந்ததனாலதான்... உங்க டெலிபோன் வாக்குமூலத்தைக் கேட்க முடிஞ்சுது.”

“அது... வந்து... வந்து...”

“மிஸ்டர் எக்ஸ் மினிஸ்டர்..! இனிமே நீங்க என்ன பொய் பேசினாலும் எடுபடாது..! நவநீதாவை எங்கே கொண்டு போய் வெச்சிருக்கீங்க..?”

“..........”

“மார்ச்சுவரியில் இருந்த டெட்பாடி எந்தப் பெண்ணோடது?”

“..........”

விஜயராஜா எந்தக் கேள்விக்கும் பதில் சொல்லாமல் விவேக்கையே வியர்த்து வழிந்தபடி பார்த்துக்கொண்டிருக்க - விவேக் மெல்லிய குரலில் சிரித்தான்.

"உங்க வீட்ல இருக்கிற வரைக்கும் நீங்க எந்த உண்மையையும் பேசமாட்டீங்க. உங்களை மாதிரியான ஆட்களுக்கெல்லாம் லாக்கப்தான் வசதி..."

"இதோ பார்... நான் ஒரு எக்ஸ் மினிஸ்டர். என்னை உன்னோட இஷ்டப்படி நடத்த முடியாது..."

விவேக் சிரித்தான். "பதவிங்கிறது உனக்கு மக்களாப் பார்த்துக் கொடுத்தது. அதான் மக்களாப் பார்த்து எடுத்துக்கிட்டாங்க இல்ல... அது ஒண்ணும் உன் குடும்பத்தோட பரம்பரைப் பரம்பரையா வர்ற சொத்து இல்லையே..."

"நா... நான் டி.ஜி.பிக்குப் போன் பண்ணிப் பேசிக்கிடறேன்..."

விஜயராஜா செல்போனில் எண்களை ஒற்றி எடுக்க முயல, விவேக் தட்டி விட்டான்.

"நீ யாருக்கும் போன் பண்ண முடியாது." சொன்ன விவேக், தன்னிடமிருந்த செல்போனை எடுத்து எண்களைத் தட்டிவிட்டுப் பேசினான்.

"கோகுல்நாத்! ஜீப்பைத் திருப்பிக்கிட்டு வாங்க..! நாம போட்ட வியூகத்துல எக்ஸ் மினிஸ்டர் மாட்டிக்கிட்டார். லாக்கப்புக்கு என்னைக் கூட்டிக்கிட்டு போனாதான் உண்மையைச் சொல்லுவேன்னு அடம்பிடிக்கிறார். அவர் இஷ்டப்படியே கொண்டு போயிடுவோம். ஜீப்பைக் கொண்டு வாங்க."

மறுமுனையில் கோகுல்நாத் குரல் உற்சாகமாய் புறப்பட்டது.

"இதோ..! ஜீப்பைத் திருப்பிட்டோம்."

# 23

கடுமையான போலீஸ் சிகிச்சைக்குப் பின்... விஜயராஜா, விவேக் கேட்ட கேள்விகளுக்கு உண்மையான பதில்களைச் சொல்ல ஆரம்பித்தார். "இப்போ.. நவநீதாவைக் கடத்திக்கிட்டு போய் எங்கே வெச்சிருக்கே..?"

"அமிஞ்சிக்கரையில் இருக்கிற என்னோட இன்னொரு பங்களாலே..."

"எதுக்காக இந்தக் கடத்தல்..?"

"ஜட்ஜ் சாம்பசிவராவ் ஆளும் கட்சிக்கு ஆதரவாகச் செயல்பட்டு, என்னை மாதிரியான முன்னாள் மந்திரிகளைத் டார்கெட் பண்ணிட்டிருந்தார். என்னையும் சேர்த்து நிறைய பேருக்கு ஜாமீன் குடுக்கலை... அநாவசியமா கைது பண்ணி காவலை நீட்டிக்கச் சொன்னாரு... இது எனக்குப் பிடிக்கலை. அவரை நேரடியாத் தண்டிக்க முடியாது. அதனால மறைமுகமா தண்டிக்க நினைச்சேன். காலம் பூராவும் அவர் நினைச்சு நினைச்சு கஷ்டப்படற மாதிரி ஒரு காரியம் செய்யணும்னு நினைச்சு, எனக்காக சட்டவிரோதமா காரியங்களை செய்யற என்னோட ஆள் தியாகுகிட்டே யோசனை கேட்டேன். அதுக்கு அவன், ஜட்ஜோட ரெண்டாவது பொண்ணு நவநீதாவைக் கடத்தி, அவளை ஒரு மாசத்துக்கு யூஸ் பண்ணிட்டுக் கொன்னுடலாம்னு சொன்னான். மக காணாமப்போன துக்கம் ஜட்ஜ் சாம்பசிவராவைக் காலம் பூராவும் அரிச்சிட்டிருக்கும்னு

சொன்னான். நவநீதாவை எப்படிக் கடத்துறதுன்னு திட்டம் போட்டோம். இந்த நேரத்துல ஜெகத்னு ஒருத்தன் தியாகுவை மீட் பண்ணி, 'எனக்குக் கிடைக்காத நவநீதா வேற யாருக்கும் மனைவியாகக் கூடாது. அவளைக் கொலை பண்ணிடு'ன்னு சொல்லிப் பணமும் கொடுத்திருக்கான்.

தியாகுவுக்கு ஒரே கல்ல ரெண்டு மாங்காய் அடிக்கிற சந்தோஷம். எனக்காக நவநீதாவைக் கடத்திக்கிட்டு வந்தவன். ஜெகத்துக்காக வேற ஒரு பொண்ணைப் பலியாக்கி, அது நவநீதாதான்னு ஜெகத்தை நம்ப வெச்சான்."

"யார் அந்தப் பலியான பொண்ணு?"

"அவ ஒரு ப்ராஸ்டிட்யூட்... கன்னடத்துக்காரி. ஃபேமிலி எதுவும் கிடையாது. பேர் அசுவதா. நவநீதா மாதிரியே உடம்பு வாகு, நிறம். தலையை ஏற்கெனவே வெட்டி டிஸ்போஸ் செய்துட்டதாலே அவ நவநீதாதான்னு ஜெகத் நம்பிட்டான்.." என சொல்லி முடிக்க, விவேக் சொன்னான்.

"இப்ப இருக்கற நீதிபதிகள்லயே சாம்பசிவராவ் தன்னோட கடமையைச் சிரத்தையா செய்யறவர். வழக்கோட சாதக பாதகங்களை அனுசரிச்சுத்தான் எந்தவொரு தீர்ப்பும் அமையும். அந்தத் தீர்ப்பு உனக்குச் சாதகமா இல்லைங்கிற காரணத்துக்காக, தீர்ப்புச் சொன்ன ஜட்ஜையே தண்டிக்க நினைக்கிறது எல்லாம் அக்மார்க் காட்டுமிராண்டித்தனம்..!"

சொன்ன விவேக், கோகுல்நாத்திடம் திரும்பினான்.

"கோகுல்நாத்! நீங்களும் விஷ்ணுவும் இந்த ஆளைக் கூட்டிட்டு வந்துடுங்க... நான் ஜட்ஜ் சாம்பசிவராவுக்குப் போன் பண்ணி, நவநீதா உயிரோட இருக்கிற விஷயத்தைச் சொல்லிடறேன்..."

விவேக் சொன்னதைக் கேட்டுத் தலையசைத்த கோகுல்நாத்தும் விஷ்ணுவும். எக்ஸ் மினிஸ்டரை நெருங்கி - ஆளுக்கொரு தோள்பட்டையைப் பிடித்துத் தூக்கினார்கள்.

ஜட்ஜ் சாம்பசிவராவின் டெலிபோன் எண்களைத் தன் செல்போனில் தட்ட ஆரம்பித்தான் விவேக்.

●●●

# தாஜ்மஹால் நிழல்

இந்த கதை 2005 ஆம் ஆண்டு
க்ரைம் நாவல் என்ற இதழில் வெளிவந்தது

# 1

**'இறைவன் இருக்கிறான்' என்று சொல்பவனை நம்புங்கள். 'இறைவன் இல்லை' என்று சொல்பவனைக் கூட நம்புங்கள். ஆனால், நான்தான் இறைவன் என்று சொல்பவனை மட்டும் நம்பாதீர்கள்.**

"விஷ்ணு...!" ரூபலா குரல் கொடுத்துக் கொண்டே சோபாவில் வந்து உட்கார்ந்தாள். விஷ்ணு செல்போனை உசுப்பி இன்பாக்ஸில் இருந்த ஒவ்வொரு எஸ்.எம். எஸ்ஸையும் பார்த்துத் தேவையானவற்றை வைத்துக் கொண்டு மற்றதை டெலிட் செய்து கொண்டிருந்தான்.

"விஷ்ணு...!!" ரூபலா இரண்டாவது தடவை குரல் கொடுத்ததும்தான் தலை நிமிர்ந்தான். பொய்யாய் முறைத்தான்.

"டிஸ்டர்ப் பண்ணாதீங்க மேடம்..."

"செல்போன்ல அப்படி என்னத்தைப் பார்த்துட்டு இருக்கே...? ஏதாவது டிபார்ட்மெண்ட் சம்பந்தப்பட்ட மெஸேஜ்ஜஸா...?"

"மேடம்... இது என்னோட பர்சனல் செல்போன். மெஸேஜ் இன்பாக்ஸ் ரொம்பி வழியுது. ஒரு மணி நேரத்துக்கு ஒரு தடவை சுத்தம் பண்ண வேண்டியிருக்கு.."

"உன்னோட செல்ஃபோன் நெம்பரை ஏன் எல்லார்க்கும் தர்றே...? கண்டவங்களுக்கு எல்லாம் செல்ஃபோன் நெம்பரைக்

கொடுத்தா இப்படித்தான்... எல்லா வேலையையும் விட்டுட்டு இப்படி இன்பாக்ஸை சுத்தம் பண்ணிட்டு இருக்கணும்...”

“மேடம்... நீங்க கண்டவங்கன்னு சொன்னதை நான் ஆட்சேபிக்கிறேன். அவங்க ஒண்ணும் கண்டவங்க கிடையாது...”

“பின்னே யாராம்...?”

“என்னோட ரசிகைகள்... எப்படியோ என்னோட செல் நெம்பரைத் தெரிஞ்சுக்கிட்டு எஸ்.எம்.எஸ் அனுப்பி என்னை சந்தோஷத்துல குளிப்பாட்டறாங்க... அந்தக் குளியலில் மூச்சுத் திணறிட்டு இருக்கேன் தெரியுமா...? போற போக்கைப் பார்த்தா டிபார்ட்மெண்ட்ல எனக்கு பிரமோஷன் கொடுத்து, பாஸை எனக்கு அசிஸ்டண்டா போட்டுடுவாங்க போலிருக்கு மேடம்!”

“டேய்...!”

“ஸா... ஸாரி... மேடம்... ஏதோ உளறிட்டேன் போலிருக்கு...!”

“டேய்...! தயிர்வடையும் காராபூந்தியும் பண்ணி ஃப்ரிஜ்ல வெச்சிருக்கேன். உனக்கும் ரெண்டு தரலாம்ன்னு போன நிமிஷம் வரைக்கும் நினைச்சுட்டு இருந்தேன். அது இப்போ கேன்ஸல்...”

“அய்யோ மேடம்... இந்த மேட்டரை மொதலிலேயே சொல்லக்கூடாதா...? தயிர்வடையும் காராபூந்தியும் என்னோட பால்ய காலத்து சிநேகிதர்கள் மேடம்! வாரத்துல ரெண்டு தடவையாவது ஏதாவது ஒரு ஹோட்டல்ல அவங்க ரெண்டு பேரையும் பார்த்துடுவேன். இன்னிக்கு அவங்க நம்ம வீட்லயே இருக்கும்போது நான் மிஸ் பண்ணலாமா...?”

“என்னடா சொன்னே...? பாஸை உனக்கு அசிஸ்டண்ட்டாப் போட்டுடுவாங்களா...?”

“அய்யோ... மேடம்... வடநாட்டுல லாலு பிரசாத் யாதவ் பேசறதையும் தமிழ்நாட்டுல சுப்ரமண்ய சுவாமி

பேசறதையும் யாரும் பெரிசா எடுத்துக்க மாட்டாங்க... அவங்க மாதிரிதான் இந்த விஷ்ணுவும்... ஏதோ தத்து பித்துன்னு உளறிட்டேன். அதுக்காக தயிர்வடையில் கையை வெச்சுடாதீங்க... எனக்குண்டான 33 சதவீத தயிர்வடை கிடைச்சேயாகணும். இல்லேன்னா என்னோட போராட்டம் மிகப்பெரிய அளவில் வெடிக்கும்... பின்விளைவுகள் ரொம்பவும் மோசமாய் இருக்கும்."

விஷ்ணு வலதுகையை தலைக்குமேல் உயர்த்தி கோஷம் போட்டுக்கொண்டு இருக்கும்போதே கம்ப்யூட்டர் அறைக் கதவைத் திறந்துகொண்டு விவேக் வெளிப்பட்டான். நிதானமான குரலில் கேட்டான்:

"விஷ்ணு... எதுக்காக இந்தப் புலம்பல்...?"

"என்னது... இது புலம்பலா? இது என்னோட வீராவேசமான கோஷம் பாஸ்! இது புலியோட உறுமல். பூனையோட முனகல் அல்ல."

"ரூபி...! இவனுக்கு என்னாச்சு...?"

"நான் சொல்றேன்... பாஸ்... நான் சொல்றேன்... மேடத்துகிட்டே எதையும் கேட்காதீங்க... உங்களோட என்னை கம்பேர் பண்ணி ஒரு கவிதை எழுதி படிச்சுக் காட்டினேன். அந்தக் கவிதை மேடத்துக்குப் பிடிக்கலை... சரியான பொறாமை பாஸ்!"

ரூபலா டீபாயின் மேல் இருந்த செய்தித்தாளைச் சுருட்டிக்கொண்டு அவனை அடிக்க எழுந்தாள்.

"நீ என்ன சொன்னேன்னு உன்னோட பாஸ்கிட்டே சொல்லு... கவிதை அது இதுன்னு கதை விடாதே!"

"ரூபி... அவனை மிரட்டாதே... அவன் எழுதின கவிதையைச் சொல்லட்டும்...!"

தொண்டையைக் கனைத்துக்கொண்டே விஷ்ணு சோஃபாவுக்குப் பின்னால் போய் நின்றுகொண்டு கவிதையைச் சொல்ல ஆரம்பித்தான்.

"பாஸ்...!

நீங்கள் புதிதாய் நாசிக் பிரஸ்ஸிலிருந்து

அச்சடித்து வந்த

ஆயிரம் ரூபாய் நோட்டு.

நானோ...

செல் டேப்பால் ஒட்டப்பட்டு

உயிர் வாழ்ந்து கொண்டிருக்கும்

கிழிந்து போன

ஐந்து ரூபாய் நோட்டு."

ரூபலா தன் தாடையில் கையை வைத்தாள். "டேய்...! ரெண்டு தயிர்வடைக்காக அரசியல்வாதி மாதிரி பேச ஆரம்பிச்சுட்டியேடா...? உன்னை எப்படிடா நம்பி வீட்டுக்குள்ளே சேர்க்கிறது...?" சொல்லி ரூபலா சிரித்துக் கொண்டிருக்கும்பொழுதே, விஷ்ணுவின் செல்ஃபோன் 'என் பேரு மீனாகுமாரி போவோமா கன்னியாகுமரி' என்ற பாடலை ரிங் டோனாய் வெளியிட்டது.

விஷ்ணு செல்போனை எடுத்து காதுக்கு ஒற்றினான்.

"எஸ்...".

பதிலுக்கு மறுமுனையில் ஒரு ஆண்குரல் வெடித்தது.

"நாயே... யாருக்கடி போன் பண்றே...?"

"விட்றா..." ஒரு பெண் குரல் மூச்சிரைப்போடு வீறிட்டது.

அந்தப் பேச்சைத் தொடர்ந்து யாரோ ஓடும் சத்தம்... தப்தப்பென்று கேட்டது.

விஷ்ணு தன் செல்போனிலிருந்து மைக்கை ஆன் செய்துவிட்டு கத்தினான். "ஹலோ... ஹலோ... பேசறது யாரு...?"

பதிலுக்கு மூச்சிரைப்பு சத்தம். இரண்டு பேர் ஓடுகின்ற காலடிச் சத்தம்.

“விஷ்ணு போன்ல யாரு...?”

“தெரியல்ல பாஸ்... யாரோ ஒரு பொண்ணு எனக்கு போன் பண்ணிப் பேச முயற்சி செய்யறா... யாரோ அதைத் தடுக்கறாங்க...”

“உன்னைக் கூப்பிட்டது யார்ன்னு தெரியலையா?”

“தெரியலை பாஸ்... நெம்பரும் எனக்கும் பரிச்சயம் இல்லாத நெம்பர்.”

விவேக் செல்போனை வாங்கிக் கத்தினான்.

“ஹலோ ஹலோ”

“............”

“யார் பேசறது...?”

பதிலுக்கு மூச்சிரைப்பு சத்தமும், அதன் பின்னணியில் இரண்டு ஆண்குரல் மெலிதாய் பேசுவதும் கேட்டது.

“யார்க்கோ போன்ல பேச ட்ரை பண்றாடா.”

“அவளைப் பேச விடக்கூடாது... போட்டுத் தள்ளு.”

“என்ன ஓட்டம் ஓடறா...”

“உயிர்க்குப் பயந்த ஓட்டம்... அப்படித்தான் இருக்கும்.”

பத்து விநாடிகளுக்குப் பிறகு செல்போன் மௌனம் காத்தது. தொடர்பு அறுந்து போயிற்று.

“விஷ்ணு! அந்த நெம்பர்க்கு மறுபடியும் ட்ரை பண்ணு...!”

விஷ்ணு அந்த நெம்பரை டயல் செய்தான்.

‘நாட் ரீச்சபிள்’ என்ற ரிக்கார்டட் வாய்ஸ் கேட்டது.

விஷ்ணு பதட்டமானான்: “பாஸ்...! அந்தப் பொண்ணுக்கு ஏதோ ஆயிடுச்சு...”

"அந்த செல்போன் நெம்பர் பி.எஸ்.என்.எல்தானே?"

"ஆமா... பாஸ்..."

"அவங்களுக்கு போன் பண்ணி அந்தப் பொண்ணோட கால் எந்த ஏரியாவிலிருந்து வந்ததுன்னு லொகேட் பண்ணச் சொல்லு..."

விஷ்ணு கால் லிஸ்ட்டில் பி.எஸ்.என்.எல்லின் டெலிகம்யூனிகேஷன் அண்ட் இன்பர்மேஷன் செண்ட்டரைத் தேடினான். தேடிக் கொண்டிருக்கும்போதே விஷ்ணுவின் செல்போன் மீனாகுமாரி கன்னியாகுமாரி பாட்டைப் பாடியது. அழைப்பது யார் என்று பார்த்தான்.

அதே எண்.

"பாஸ்...! அந்தப் பொண்ணோட நெம்பர்தான்...!"

"பேசு... பேசு... மைக்கையும் ஆன் பண்ணிடு..."

"ஹலோ"

பதிலுக்கு மறுமுனையிலிருந்து ஒரு பெண்ணின் குரல் கேட்டது.

"விஷ்ணு...!"

"எஸ்..."

"இப்ப நீ ட்யூட்டியில் இருக்கியா... இல்லை அவுட் ஆஃப் ட்யூட்டியா...?"

"அவுட் ஆஃப் ட்யூட்டிதான்... ஆமா... நீ யாரு?"

"விஷ்ணு! நீ இப்போ ட்யூட்டியில் இல்லாததினால உன்னை நான் 'டா' போட்டே பேசறேன்... நான் யார்ன்னு தெரியுதாடா?"

"நீ... நீ பூங்கதிர்ன்னு நினைக்கிறேன்..."

"நினைக்க வேண்டாம். கன்ஃபார்ம் பண்ணிக்க. நான் பூங்கதிரேதான்."

"ஏய்.. பூ...! நீயா...? இது உன்னோட செல்போன் நெம்பர் கிடையாதே...!"

"இது என்னோட நெம்பர்தான்னு உன்கிட்டே நான் சொன்னேனா?"

"அப்ப யாரோட நெம்பர்...?"

"இது என்னோட ஃப்ரண்ட் பானுவோட செல்போன். உன்னைக் கொஞ்ச நேரத்துக்கு கதிகலங்க வைக்கணும்ன்னு ஆசைப்பட்டேன். அதனால ஒரு டி.வி சீரியல்ல ஒரு பொண்ணை ரெண்டு பேர் துரத்தற சீனை ஆடியோவில் ரெக்கார்ட் பண்ணி கொஞ்ச நேரத்துக்கு முந்தி செல்போன்ல ப்ளே பண்ணினேன். நீ அரண்டு போய் உடனே பி.எஸ். என்.எல்ஐக் காண்டாக்ட் பண்ண முயற்சி எடுத்து இருப்பியேடா?"

"கிராதகி!"

"கிராதகா...! என்னை எத்தனை வாட்டி டெலிபோன்ல டீஸ் பண்ணியிருப்பே...?"

"பூ...! திஸ் ஈஸ் டூ மச்... இப்படியெல்லாம் விளையாடக்கூடாது..."

"ஏன்டா கண்ணா...! வேர்த்து விறுவிறுத்துப் போயிட்டியா...? சரி... நேர்ல வா... ஐஸ்க்ரீம் சாப்பிடலாம். பில் என்னோடது..."

"வேண்டாம்... நான் இப்போ என்னோட பாஸ் வீட்ல இருக்கேன்... எங்கேயும் வர முடியாது..."

"ஓ... விவேக் ஸார் வீட்லதான் இருக்கியா...? ரூபலா மேடத்தை நான் ரொம்பவும் கேட்டதாய் சொல்லு..."

"சொல்ல மாட்டேன்...!"

அவள் சிரித்தாள். "அப்புறம்... விஷ்ணு...! நாளைக்கு நீ ஃப்ரீயாய் இருக்கிற நேரத்தில் விருகம்பாக்கத்தில் இருக்கிற ஒயிட் லோட்டஸ் ஹாஸ்பிடலுக்குப் போ. அங்கே ஒரு ஆச்சர்யம் உனக்காகக் காத்துகிட்டிருக்கு."

"ஆச்சரியமா...! என்ன ஆச்சர்யம்...?"

“ரூம் நெம்பர் 27ல் ஒரு பேஷண்ட். பேரு பூஜ்யா. வயது இருபதிலிருந்து இருபத்தஞ்சுக்குள்ள இருக்கலாம். அழகான பொண்ணு. அந்த அழகான பொண்ணுக்குள்ளே ஏதோ ஒரு விபரீதம் ஒளிஞ்சிட்டிருக்கு...”

“விபரீதமா...?”

“ஆமா...”

“அவளோட உடம்புக்கு என்ன?”

“அவ உடம்புக்கு ஒண்ணும் இல்லை.”

“பின்னே...?”

“அவ மனசுலதான் விரிசல்.”

“என்ன மறுபடியும் விளையாட்டா?”

“நம்பு விஷ்ணு. அந்த அழகான பூஜ்யா இப்போது நார்மலாய் இல்லை.”

“காரணம்...?”

“தாஜ்மஹால்.”

“என்னது... தாஜ்மஹாலா...?”

“ஆமா... ஆமா...”

“யூ... மீன்... ஆக்ராவில் இருக்கிற தாஜ்மஹாலா?”

“எஸ்... உலகத்தோட ஏழு அதிசயங்கள்ல ஒண்ணு சொல்வாங்க இல்ல... அதே தாஜ்மஹால்தான்... உனக்குத் தெரிஞ்ச வேற ஏதாவது தாஜ்மஹால் இருக்கா என்ன?”

“சரி... அந்த பூஜ்யாவோட மனவிரிசலுக்கும் தாஜ்மஹாலுக்கும் என்ன சம்பந்தம்...? ஏதாவது காதல் விவகாரமா?”

“இல்லை... பூஜ்யா கல்யாணமானவ... கல்யாணமாகி ஒரு வருஷம் முடியறதுக்குள்ளேயே கணவனோட நடவடிக்கைகள் சரியில்லைன்னு சொல்லி டைவோர்ஸ் வாங்கிட்டா...”

“ஓ.கே அவளுக்கு என்ன பிரச்னைன்னு சுருக்கமாய் ஒரு பத்து வரியில் சொல்லு... லொட லொடன்னு பேசாதே!”

“சொன்னா உனக்குப் புரியாது விஷ்ணு. நேர்ல போய்ப் பார்... உனக்கு அந்தக் கேஸ் இண்ட்ரஸ்டிங்காய் இருந்தா டீல் பண்ணு. இல்லேன்னா ஒரு பத்து நிமிஷம் நின்னு வேடிக்கை பார்த்துட்டு வந்துடு... அப்புறம்... வழக்கம்போல செல்போனை கட் பண்றதுக்கு முந்தி ஒரு கடி ஜோக் சொல்லட்டுமா... வேண்டாமா?”

விஷ்ணு எரிச்சலாய் “சொல்லு...” என்றான்.

“கிளிக்கும் மயிலுக்கும் என்ன வித்தியாசம்...?”

“இது ஒரு கேள்வியா? கிளி பேசும்... மயில் ஆடும்...”

“அது கிடையாது”

“பின்னே...?”

“மயில் தேசியப் பறவை. கிளி ஜோஸ்யப் பறவை...”

“பூ... இனிமே எனக்கு போன் பண்ணாதே!”

“ஏன்டா...?”

“பத்து நிமிஷத்துக்கு முன்னாடி ரூபலா மேடத்துக்கிட்டே சண்டை போட்டுகிட்டு சந்தோஷமான மூட்ல இருந்தேன். அதை இப்போ ஸ்பாயில் பண்ணிட்டே! இந்த பத்து நிமிஷத்துக்குள்ளே நீ என்னை அதகளம் பண்ணிட்டே!”

“ஸாரி... விஷ்ணு! உன்னை பழையபடி சந்தோஷமான மூடுக்குக் கொண்டு வர ஒரு ‘ஏ’ ஜோக் சொல்லட்டுமா?”

“வேண்டாம்... நான் பஞ்சர் ஆயிடுவேன்.”

“சொல்லுவேன்... 1க்கும் 11க்கும் 111க்கும் என்ன வித்தியாசம்?”

“ஒண்ணுக்கும், பதினொண்ணுக்கும், நூத்தி பதினொண்ணுக்கும் எண்ணிக்கையிலேயே நிறைய வித்தியாசம் இருக்கே?”

“அது கிடையாது...”

"பின்னே...?"

"ராத்திரி பூராவும் யோசனை பண்ணு. நாளைக்குக் காலையில் பல்லைத் தேய்ச்சுட்டு எனக்கு போன் பண்ணி பதில் சொல்லு..." பூங்கதிர் மறுமுனையில் செல்போனை அணைத்துவிட "பாதகி! கட் பண்ணிட்டா!" என்று முனகிக்கொண்டே தன்னுடைய செல்போனையும் அணைத்தான் விஷ்ணு. வியர்த்துப் போயிருந்தான்.

விவேக் கேட்டான்.

"யார்ரா அந்த பூ...?"

"பாஸ்... அவ பேர் பூங்கதிர். என்னோட காலேஜ்மேட்..."

"டுடோரியல் காலேஜில் படிக்கும்போதா...?" ரூபலா குறுக்கிட்டுக் கேட்க விஷ்ணு தன் காலால் பூமியை உதைத்தான்.

"பாருங்க பாஸ்... மேடத்தை..."

"ரூபி... நீ சும்மாயிரு... அவனோட ஃப்ளாஷ்பேக்கை யெல்லாம் ஞாபகப்படுத்தாதே... மனசு எவ்வளவு கஷ்டப்படும்."

"பாஸ்... இதுக்கு மேடமே பரவாயில்லை!"

"விஷ்ணு...! நீ விஷயத்துக்கு வா... அந்தப் பொண்ணு பூங்கதிர் ரொம்பவும் குறும்புக்கார பொண்ணாய் இருப்பா போலிருக்கே! உன்னையும் என்னையும் கொஞ்ச நேரத்துல டென்ஷன் பண்ணிட்டா...!"

"அவ எப்பவுமே இப்படித்தான் பாஸ்... சரியான புளுகு மூட்டை... லூஸு...!"

"என்ன பண்றா அந்தப் பூங்கதிர்...?"

"இன்வெஸ்டிகேஷவ் ஜர்னலிஸம் படிச்சிட்டு இருக்கா... படிப்பை முடிச்சிட்டு சொந்தத்துல ஒரு டிடெக்டிவ் ஏஜென்ஸி நடத்த ப்ளான் போட்டு அதுக்கு வேண்டிய ஏற்பாடுகளைப் பண்ணிட்டிருக்கா. ரொம்பவும் ஜோவியல்

டைப்... வாயைத் திறந்தா பொய்யோ பொய்... ஒரு பத்து நிமிஷம் தொடர்ந்து பேசினா நமக்கு பக்கவாதமே வந்துடும்."

ரூபலா கேட்டாள்.

"அழகாய் இருப்பாளா?"

"ம்... ஏதோ... இருப்பா - பழைய ஜெயப்பிரதா மாதிரி."

"அப்ப அழகுதான்... நீ ஐ லவ் யூ சொல்லியிருப்பியேடா விஷ்ணு?"

"சொல்லலை. சொல்லவும் முடியாது மேடம்..."

"ஏன்...?"

"அவளோட அத்தை பையன் ஒருத்தன் அமெரிக்காவில் சாஃப்ட்வேர் என்ஜினீயராய் டாலர் மழையில் குளிச்சுட்டு இருக்கானாம். 2012ல் வந்து பூங்கதிரை கல்யாணம் பண்ணிட்டு இங்கேயே செட்டிலாயிடப் போறானாம்."

விவேக் குறுக்கிட்டான்.

"அது என்ன தாஜ்மஹால் மேட்டர்?"

"பாஸ்... அது பீலா..."

"பீலாவா...?"

"ஆமா பாஸ்... ஒரு பொய்யை தன்னோட கற்பனையில் வளர்த்து அதை நிஜம் மாதிரியே சொல்லுவா. அது சரியான டுபுக்கு பார்ட்டி... எதையும் நம்பாதீங்க..."

"எனக்கென்னமோ... அது உண்மையாய் இருக்கலாம்ன்னு என்னோட மனசுக்குப் படுது..."

"அதை விடுங்க பாஸ்... மேடம்... நீங்க போய் ஸார்க்கும் எனக்கும் தயிர்வடை கொண்டாங்க."

"விஷ்ணு... மொதல்ல யெல்லோ பேஜஸ் எடுத்து, ஒயிட் லோட்டஸ் ஹாஸ்பிடலோட டெலிபோன் நம்பரைக் கண்டுபிடிச்சு, பூஜ்யா தகவல் உண்மையா பொய்யான்னு கேளு..."

“பாஸ்... அந்தப் பூங்கதிர் சரியான புளுகுண்ணி. அவளுக்குப் பொழுது போகலைன்னு வையுங்க... என்கூட விளையாட ஆரம்பிச்சுடுவா... பத்து வார்த்தை பேசினா அதுல ஒரே ஒரு வார்த்தைதான் உண்மையாய் இருக்கும்... அவ ஒரு தில்லாலங்கடி பார்ட்டி பாஸ்...”

“ஒருவேளை... அந்த பூஜ்யா மேட்டர் உண்மையாய் இருக்கலாமே...?”

“ஸாரி பாஸ்... அந்த ஹாஸ்பிடலுக்கு நான் போன் பண்ண மாட்டேன். வேணும்ன்னா யெல்லோ பேஜஸ்லிருந்து நெம்பர் எடுத்துத் தர்றேன். பேசுங்க...” சொன்ன விஷ்ணு டீபாயின் மேலிருந்த யெல்லோ பேஜஸ் புக்கை எடுத்து ஹாஸ்பிடல் பகுதியில் இருந்த ஒயிட் லோட்டஸ் ஹாஸ்பிடல் டெலிபோன் நெம்பரை பலமாய் படித்தான்.

விவேக் அந்த எண்களைத் தன்னுடைய செல்போனில் தட்ட - மறுமுனையில் ரிங் போயிற்று. சில விநாடிகளில் ரிஸீவர் எடுக்கப்பட்டு ஒரு பெண்ணின் குரல் கேட்டது.

“ஹலோ!”

“ஒயிட் லோட்டஸ் ஹாஸ்பிடல்?”

“ஆமா...”

“டாக்டர் இருக்காரா...?”

“இருக்கார்... நீங்க...?”

“அவரோட ஃப்ரண்ட்.”

“பேரு...?”

விவேக் மெல்ல “ராம சுப்ரமண்யம்...” என்றான்.

“எ... எ... என்ன விஷயம் ஸார்?”

“அவர்கிட்டே கொஞ்சம் பேசணும்.”

“ஸாரி... ஸார்... இப்போதைக்கு நீங்க அவர்கிட்டே பேச முடியாது... அவர் கொஞ்சம் பிஸி...”

“நீ யாரம்மா... ரிசப்ஸனிஸ்டா?”

"ஆமா... ஸார்..."

"டாக்டர்கிட்டே என்னோட பேரைச் சொல்லம்மா... உடனே அவர் லைனுக்கு வருவார்..."

"ஸார்... ப்ளீஸ்... ட்ரை டூ அண்டர்ஸ்டாண்ட் மீ... டாக்டர் இப்ப பேசக்கூடிய நிலைமையில் இல்லை."

"ஏன்...?"

"ஹாஸ்பிடல்ல ஒரு அசம்பாவிதம்..."

"அசம்பாவிதம்ன்னா?"

"ஒரு பேஷண்ட் எதிர்பாராதவிதமாய் திடீர்ன்னு இறந்துட்டாங்க ஸார். அது சம்பந்தமாய் உள்ளே பேசிட்டிருக்கார்."

"பேஷண்ட் ஆணா பொண்ணா?"

"பொண்ணு ஸார்."

"பேரு?"

"பூஜ்யா... ஸார்."

# 2

**அடுத்த நொடி நம் கையில் இல்லை. எனவே, இந்த நொடியை வீணாக்காமல் வாழ்ந்துப் பார்த்து விடுங்கள்.**

பிங்க் டாட் அட்வர்டைஸர்ஸ் கம்பெனிக்கு முன்பாய் ஆட்டோவை நிறுத்திக்கொண்டு கீழே இறங்கினாள் சூர்யகாந்தி. மீட்டர் பார்த்து பணத்தைக் கொடுத்துவிட்டு கிரானைட் வாசற்படிகளில் ஏறிய சூர்யகாந்திக்கு இருபத்தி மூன்று வயது. மஞ்சள் நிற சுடிதாரை தன் வளப்பமான உடம்புக்குக் கொடுத்து துப்பட்டாவை ஜாக்கிரதையாய் போர்த்தி இருந்தாள். ப்யூட்டி பார்லரில் ஒரு மணி நேரம் செலவழித்து ஃபேசியல் செய்து கொண்டதின் விளைவு முகம் பௌர்ணமி சந்திரனாய் மாறியிருந்தது.

வரவேற்பறைக்குள் நுழைந்தாள் சூர்யகாந்தி. காதுகளில் பொன் வளையங்கள் ஆட கம்ப்யூட்டர் திரையைப் பார்த்துக் கொண்டிருந்த வரவேற்புப் பெண் நிமிர்ந்தாள்.

"எஸ்..."

"எம்.டியைப் பார்க்கணும்..."

"என்ன விஷயமாய்...?"

"எனக்கு அப்பாயிண்ட்மெண்ட் கொடுத்து இருக்கார்."

"உங்க பேரு...?"

"சூர்யகாந்தி..."

“ஒன் மினிட்...” என்று சொன்னவள் கம்ப்யூட்டரை உசுப்பி கம்பெனியின் எம்.டி சத்யானந்தம் அப்பாய்ண்ட்மெண்ட் ஷெட்யூலை திரையில் உற்பத்தி செய்தாள். சரிபார்த்து விட்டு நிமிர்ந்தாள்.

“எம்.டியோட அப்பாயிண்ட்மெண்ட் ஷெட்யூல்ல உங்க பேர் இல்லையே...?”

சூர்யகாந்தியின் விழிகள் விரிந்தன. “நேத்து அவர் என்னைப் பார்த்தப்ப சொன்னாரே...?”

“எம்.டி உங்களை எங்கே பார்த்தார்?”

“நேத்து மியூஸிக் அகாடமியில ஒரு கல்ச்சுரல் ப்ரோக்ராம் நடந்தது. அதுக்கு அவர்தான் சீஃப் கெஸ்ட். அந்த ஃபங்க்ஷனில் நான் ஒரு டான்ஸ் பண்ணினேன். ஃபங்க்ஷன் முடிஞ்சதும் என்னைப் பாராட்டிப் பேசினார். அதுக்கப்புறம் என்னைத் தனியாய்க் கூப்பிட்டு விளம்பரப் படங்கள்ல நடிக்க உனக்கு விருப்பமான்னு கேட்டார். நான் விருப்பம் இருக்குன்னு சொன்னதும் தன்னோட விசிட்டிங் கார்டை எடுத்துக்கொடுத்து நாளைக்குக் காலையில் பதினோரு மணிக்கு என்னை வந்து பாருன்னு சொன்னார். இப்போ மணி 10.55. நான் சரியான நேரத்துக்கு வந்திருக்கேன்...”

“ஆனா, அப்பாய்ண்ட்மெண்ட் ஷெட்யூல்ல உங்க பேர் இல்லையே?”

“அவர் மறந்து இருக்கலாம். பேசிப் பாருங்களேன்.”

“எம்.டி இப்போ ஒரு முக்கியமான டிஸ்கஷன்ல இருக்கார். அவர் டிஸ்கஷனில் இருக்கும்போது நான் பேச முடியாது. ஒரு பத்து நிமிஷம் கழிச்சு அவரே என்னைக் கூப்பிடுவார். அந்த சமயத்துல உங்க பேரை மென்ஷன் பண்றேன். அவர் வரச் சொன்னா நீங்க உள்ளே போலாம்.”

“நோ ப்ராப்ளம்... நான் வெயிட் பண்றேன்...” சொன்ன சூர்யகாந்தி மெல்ல நடந்து அந்த வரவேற்பறையின் ஓரத்திலிருந்த சோஃபா செட்டை நோக்கிப் போனாள். சுவரில்

சதுரமாய் ஒட்டியிருந்த பிளாஸ்மா டி.வி திரையில் ‘பிங்க் டாட் அட்வர்டைசர்ஸ் வெல்கம்ஸ் யூ’ என்ற வாக்கியம் நிறம் நிறமாய் ஒளிர்ந்து பின் மறைந்து மறுபடியும் உற்பத்தி ஆயிற்று. சூர்யகாந்தி அந்த சோஃபாவுக்குப் போய் சாய்ந்தாள்.

டீபாயின் மேல் புத்தகங்கள் இறைந்து கிடக்க, வார இதழ் ஒன்றைக் கையில் எடுத்துக்கொண்டாள். இரண்டு பக்கங்களைப் புரட்டியிருப்பாள்.

“மேடம்...”

நிமிர்ந்தாள்.

அந்த இளைஞன் வெள்ளை யூனிஃபார்மில் தெரிந்தான். கையில் ஒரு எவர்சில்வர் ட்ரே. அதில் வரிசையாய் குளிர்பானம் நிரம்பிய கண்ணாடி டம்ளர்கள்.

“ஹேவ்... சம்... கூல்ட்ரிங் மேடம்!”

“நோ... தேங்க்ஸ்.”

“எனி ஹாட் ட்ரிங்ஸ்... டீ... காப்பி...?”

“வேண்டாம்...”

“எனி அதர் சாய்ஸ்...?”

“எனக்கு எதுவும் வேண்டாம்.”

அந்த இளைஞன் சுற்றும் முற்றும் பார்த்துவிட்டு அவள் அருகே குனிந்தான். கிசுகிசுத்தான்.

“என்ன... சூர்யகாந்தி... ரொம்பவும்தான் பிகு பண்ணிக்கறே! ஏதாவது சாப்பிடு...”

“ஒண்ணும் வேண்டாம்... சபரி... வரும்போதுதான் லஸ்ஸி சாப்பிட்டு வந்தேன். நீ எதையும் பேசிட்டு இருக்காதே. அந்த ரிஷப்னிஸ்ட் பார்த்துடப் போறா...”

“அவளைப் பத்தி நீ கவலைப்படாதே. அவ கம்ப்யூட்டரைப் பார்க்க ஆரம்பிச்சுட்டான்னா தலையைத் தூக்கி பார்க்கவேமாட்டா.”

“சபரி! ஒரு நேரம் மாதிரி ஒரு நேரம் இருக்காது. சப்போஸ் பார்த்துட்டாள்ன்னு வைய்யி... நாம போட்ட திட்டமெல்லாம் தயிர்பானை உடைஞ்ச கதை மாதிரி ஆயிடும்... நீ கிளம்பு.”

“சரி... கிளம்பறேன். நான் சொன்னதெல்லாம் ஞாபகம் இருக்கட்டும்...”

“மறக்கிற மாதிரியா நீ சொல்லிக் கொடுத்து இருக்கே... நான் எல்லாத்தையும் பார்த்துக்கிறேன்.”

“உனக்கு சரியாய் ஒரு வாரம் டயம். இன்னியிலிருந்து சரியாய் ஏழாவது நாள். பரீட்சையில் நீ பாஸ் பண்ணியிருக்கணும்...”

“சபரி... போதும் அட்வைஸ்... யாராவது பார்த்துடப் போறாங்க...”

“இன்னும் ஒரே ஒரு டவுட்...”

“என்ன?”

“பிஸ்டலை எங்கே மறைச்சு வெச்சிருக்கே?”

“அது இருக்க வேண்டிய இடத்துல இருக்கு. வெளியே வரவேண்டிய நேரத்துல வரும்...” .

“ஓ.கே...!” சபரி அகன்றுவிட சூர்யகாந்தி மறுபடியும் வார இதழின் பக்கங்களைப் புரட்ட ஆரம்பித்தாள்.

சரியாய் பத்து நிமிஷங்களுக்குப் பிறகு அந்த ரிஷப்ஸனிஷ்ட் குரல் கொடுத்தாள்.

“மிஸ் சூர்யகாந்தி...”

எழுந்து போனாள்.

ரிஷப்ஸனிஷ்ட் தன் கையில் இருந்த இண்டர்காம் ரிஸீவரை அவளிடம் நீட்டினாள்.

“எம்.டி லைன்ல இருக்கார்...”

சூர்யகாந்தி வாங்கி மென்மையான குரலில் “வணக்கம் ஸார்...” என்றாள்.

“ஸாரிம்மா... உன்னை வரச்சொல்லிட்டு நான் பாட்டுக்கு மறந்துபோய்ட்டேன்...”

சூர்யகாந்தி மெல்லச் சிரித்தாள். “அதனால என்ன ஸார்...? நீங்க நினைவில வெச்சுக்க வேண்டிய அளவுக்கு நான் ஒண்ணும் அவ்வளவு பெரிய வி.ஐ.பி கிடையாதே...?”

“இன்னிக்கு நீ வி.ஐ.பி கிடையாதுதான்! பட்... இன்னும் மூணே மாசத்துல இந்தியா பூராவும் தெரியற அளவுக்கு நீ ஃபேமஸ் ஆயிடுவே. என்னோட ரூமுக்கு வாம்மா... ஃபர்ஸ்ட் ஃப்ளோர்ல ரெண்டாவது ரூம்...”

“வந்துடறேன்... ஸார்.”

# 3

**சேவைகள் பெரிய அளவில் இருக்க வேண்டும் என்பதில்லை.. பாதையில் கிடக்கும் கால் இடறும் கல்லை எடுத்து, ஓரத்தில் போடுங்கள். தெருக்குழாயில் ஒழுகிக் கொண்டிருக்கும் நீரை நிறுத்திவிட்டுச் செல்லுங்கள். இவையும் சேவைதான்.**

விவேக்கும் விஷ்ணுவும் ஒயிட் லோட்டஸ் ஹாஸ்பிடல் போய்ச் சேர்ந்தபோது ஹாஸ்பிடலின் போர்டிகோவில் ஒரு போலீஸ் ஜீப் நின்றிருந்தது.

"பாஸ்!"

"ம்..."

"பூஜ்யாவோட விவகாரம் விஸ்வரூபம் எடுத்து இருக்குன்னு நினைக்கிறேன்."

"இந்த ஏரியா இன்ஸ்பெக்டர் யாரு?"

"நந்தகோபால் பாஸ்..."

இருவரும் உள்ளே நுழைந்தார்கள். ஹாஸ்பிடல், கூட்டம் இல்லாமல் நிசப்தமாய் இருந்தது. வராந்தாவில் நடந்து கொண்டிருந்த ஒரு நர்ஸை நிறுத்தினான் விஷ்ணு.

"டாக்டரைப் பார்க்கணும்..."

"அவுட் பேஷண்ட்ஸ் கன்ஸல்டேஷன் டைம் முடிஞ்சது. நாளைக்கு வாங்க... ஸார்."

“நாங்க பேஷண்ட்டாய் வரலை... டாக்டரை ஒரு பர்சனல் விஷயமாய்ப் பார்க்கணும்...”

“ஸாரி...! அவர் ஒரு முக்கியமான டிஸ்கஸன்ல இருக்கார். இப்போதைக்கு பார்க்க முடியாது.”

“பூஜ்யாங்கற பேஷண்ட் இப்போ உயிரோட இல்லை. அதைப் பத்தித்தானே...?”

“ஸ..ஸ...ஸார்...”

“நாங்களும் போலீஸ்தான்... க்ரைம் ப்ராஞ்ச்...! எந்த ரூம்ல டிஸ்கஷன் நடந்துட்டிருக்கு...?”

“இதே க்ரௌண்ட் ப்ளோர்ல கடைசி ரூம் ஸார்.” நர்ஸ் பதட்டமான குரலில் சொல்லிவிட்டு நகர்ந்து போய்விட விவேக்கும் விஷ்ணுவும் நிசப்தமான அந்த க்ரௌண்ட் ஃப்ளோரில் நடந்து, கடைசி அறைக்கு முன்பாய் வந்து நின்று மூடியிருந்த கதவைத் தள்ளிப் பார்த்தார்கள். கதவு உட்பக்கமாய் தாழிடப்பட்டு இருந்தது. விவேக் சைகை காட்ட விஷ்ணு கதவைத் தட்டினான்.

அரை நிமிஷ மௌனத்துக்குப் பிறகு கதவு மெல்லத் திறந்தது.

உள்ளே...

இன்ஸ்பெக்டர் நந்தகோபால், டாக்டர் ஹரிபிரசாத், நடுத்தர வயதில் ஒரு ஆண் கலவர முகங்களோடு பார்வைக்குக் கிடைக்க, கட்டிலில் வெள்ளை விரிப்பால் போர்த்தப்பட்ட ஒரு பெண்ணின் உடல் தெரிந்தது.

விவேக்கைப் பார்த்ததும் இன்ஸ்பெக்டர் நந்தகோபால் விறைப்புக்கு வந்து சல்யூட் அடித்துத் தளர்ந்தார்.

“ஸ... ஸார்...”

விவேக் அவரை நெருங்கினான்.

“இங்கே என்ன பிரச்னை?”

"ஓ... ஓ... ஒரு பிரச்னையும் இல்லை ஸார்... பூஜ்யான்னு ஒரு பொண்ணு ஏதோ ஒரு ஃபோபியாவால பாதிக்கப்பட்டு இந்த ஹாஸ்பிடல்ல அட்மிட்டாகியிருந்தா...! டாக்டர் ஹரிபிரசாத் அவளுக்கு ட்ரீட்மெண்ட் கொடுத்துட்டு இருந்தார். ஒரு மணி நேரத்துக்கு முன்னாடி அந்தப் பொண்ணு திடீர்னு இறந்துட்டா. அவ மரணத்துல சந்தேகம் இருக்கிறதாய் சொல்லி பொண்ணோட அப்பா போலீஸுக்குத் தகவல் கொடுத்தார். அதைப்பத்தி விசாரிக்கத்தான் நான் வந்தேன்..."

"இவர்தான் பொண்ணோட அப்பாவா?" பக்கத்தில் நின்றிருந்த அந்த நடுத்தர வயது நபரை விவேக் காட்டிக் கேட்க நந்தகோபால் தலையசைத்தார். "ஆமா... ஸார்... இவர் மிஸ்டர் ராமமூர்த்தி. ஒரு பேங்க்ல அதிகாரியாய் இருக்கார். இவரோட பொண்ணுதான் பூஜ்யா."

விவேக் ராமமூர்த்தியிடம் திரும்ப - அவர் நீர் நிரம்பிய கண்களோடு தெரிந்தார். உடம்பில் மெலிதாய் நடுக்கம். விவேக் கேட்டான்.

"உங்கப் பொண்ணு பூஜ்யாவுக்கு என்ன பிரச்சனை?"

"அ... அ... அவளோட உடம்புக்கு என்னன்னு எனக்குத் தெரியலை ஸார். போன வாரம் காலேஜிலிருந்து அவ வீட்டுக்கு வரும்போது சாயந்தரம் ஆறரை மணி இருக்கும். அவளோட முகம் மாறியிருந்தது. 'என்னம்மா? உடம்புக்கு ஏதும் முடியலையா?'ன்னு கேட்டேன். 'ஒண்ணுமில்லேப்பா... அயாம் ஆல்ரைட்'ன்னு சொல்லிட்டுப் போயிட்டா. ராத்திரி டிபன் சாப்பிடலை. வாழைப்பழமும் ஒரு டம்ளர் பாலும் சாப்பிட்டுப் படுக்கப் போனதாய் வேலைக்காரி சொன்னா. 'சரி... நாளைக்குப் பேசிக்கலாம்'ன்னு நானும் விட்டுட்டேன்.

மிட்நைட் ஒரு மணி இருக்கும். பூஜ்யாவோட அறையிலிருந்து ஏதோ சத்தம் கேட்டது. நான் என்னமோ ஏதோன்னு பதறிட்டுப் போய்ப் பார்த்தேன். பூஜ்யா கட்டிலுக்கு நடுவுல உட்கார்ந்திருந்தா. தரையில் ஒரு

போர்ட்ரெய்ட் ரெண்டு துண்டாய் உடைஞ்சு கிடந்தது. எடுத்துப் பார்த்தேன். அது ஒரு தாஜ்மஹால் ஓவியம். பூஜ்யாவுக்கு ரொம்பவும் பிடிச்ச ஓவியமும் அதுதான். நான் அந்த உடைஞ்ச போர்ட்ரெய்ட்டைக் கையில எடுக்கக் குனிஞ்சப்ப பூஜ்யா வெறித்தனமாய்க் கத்தினா. ‘அப்பா… அதை மொதல்ல வெளியே தூக்கி எறிங்க. அது இனிமே என் கண்ணுல படக்கூடாது. கொண்டு போங்க அதை…!’ - பூஜ்யா இப்படி கத்தினதும் நான் பயந்துபோய் ‘ஏம்மா…! அந்தப் படத்து மேல உனக்கு என்ன கோபம்?’ன்னு கேட்டேன். அவ பதில் பேசலை. என்னை முறைச்சுப் பார்த்துட்டு கட்டில்ல திரும்பிப் படுத்துக்கிட்டா. நான் உடனே டாக்டர் ஹரிபிரசாத்துக்குப் போன் பண்ணி விஷயத்தைச் சொன்னேன். அவரும் புறப்பட்டு வந்தார். கண்மூடிப் படுத்திருந்த பூஜ்யாவைச் சோதிச்சுப் பார்த்துட்டு டெம்பரேச்சர் இருக்கு. உடனடியா ஹாஸ்பிடலுக்குக் கொண்டு போயிடலாம்னு சொன்னார். அவர் யோசனைப்படியே ஹாஸ்பிடலுக்குப் பூஜ்யாவைக் கொண்டு வந்தோம். டாக்டர் ட்ரீட்மெண்ட் கொடுத்துக் காய்ச்சலைக் குணமாக்கினார். உடலளவில் பூஜ்யா தேறிகிட்டு வந்தாலும் மனஅளவில் ஏதோ ஒரு வகையில் பாதிக்கப்பட்டு அன்ரெஸ்ட்டா இருந்தா. அவளைக் குணப்படுத்தி வீட்டுக்குக் கூட்டிட்டுப் போயிடலாம்னு நினைச்சுட்டு இருந்தப்ப பூஜ்யா ஒரு மணி நேரத்துக்கு முன்னாடி கொலாப்ஸாகி இறந்து போயிட்டா…”

விவேக் டாக்டர் ஹரிபிரசாத்திடம் திரும்பினான். “டாக்டர்…! பூஜ்யாவோட மரணம் எப்படி…?”

“புரியலை…! ஏதோ ஒரு வகை போபியாவால பாதிக்கப்பட்டு இருந்த பூஜ்யாவுக்கு சைக்கோ தெரபி மூலம் ட்ரீட்மெண்ட் கொடுக்க எல்லா ஏற்பாடுகளையும் பண்ணிட்டிருந்தேன். பட்… சடனா ஒரு மணி நேரத்துக்கு முந்தி ஃபிட்ஸ் வந்து இறந்து போயிட்டா.”

“ஃபிட்ஸுக்கு என்ன காரணம்?”

“ஃபிட்ஸ் வர எவ்வளவோ காரணங்கள் இருக்கு. ஒரு நபரோட நெர்வஸ் சிஸ்டம் தாறுமாறாய் செயல்படும்போது ஃபிட்ஸ் வரும். பெரும்பாலான ஃபிட்ஸ் ஒண்ணு ரெண்டு நிமிஷங்கள்ல சரியாயிடும். அதுல உயிரைப் பறிக்கிற ஆபத்தும் இருக்காது. ஆனா பூஜ்யாவுக்கு வந்த ஃபிட்ஸ் அஞ்சு நிமிஷத்துக்கும் மேலா நீடிச்சு உயிரைப் பறிச்சிருக்கு.”

“இது ஒரு கொலை முயற்சியாய் இருக்கலாம்ன்னு நினைக்கறீங்களா டாக்டர்...?”

“நான் நினைக்கலை... மிஸ்டர் ராமமூர்த்திக்கு அந்தச் சந்தேகம் இருக்கு. அதனாலதான் போலீஸுக்கு இன்ஃபார்ம் பண்ணிட்டார்.”

“நாங்க பூஜ்யாவைப் பார்க்கலாமா டாக்டர்?”

“வாங்க...”

டாக்டர் ஹரிபிரசாத் விவேக்கையும் விஷ்ணுவையும் கட்டிலுக்கு அருகே கூட்டிக்கொண்டு போய் நிறுத்திவிட்டு போர்த்தியிருந்த வெள்ளை விரிப்பை எடுத்தார். பூஜ்யா மல்லாந்த நிலையில் பார்வைக்குக் கிடைத்தாள்.

இருபது வயது பூஜ்யா சந்தன நிறத்தில் ஒரு அழகிய சிற்பத்தைப்போல் - உயிரை விட்டிருந்த அந்த நிலையிலும் - அழகாய் இருந்தாள். திறந்திருந்த பாதி வாய்க்குள் பல்வரிசை பளிச்சென்று தெரிந்தது. ஃபேன் காற்றில் அவளுடைய சுருளான தலைமுடி பறந்தது.

“டாக்டர்...! பூஜ்யாவுக்கு ஏதோ ஒரு ‘போபியா’ன்னு சொன்னீங்க. அது எதுமாதிரியான போபியான்னு சொல்ல முடியுமா?”

“பூஜ்யாவுக்கு தாஜ்மஹாலைப் பிடிக்கலை. தாஜ்மஹாலை போட்டோ மட்டுமில்ல கண்ணாடி, ப்ளாஸ்டர் ஆஃப் பாரீஸ்னு எந்த பொருள்ல செஞ்சிருந்தாலும் பிடிக்கலை. அதை அவளோட பார்வையில படும்படி

வெச்சா அவ அதிர்ந்து போயிடறா... உடம்பு ஒரு நடுக்கத்துக்கு உட்பட்டு கட்டிலுக்குப் பின்னாடி போய் ஒளிஞ்சுக்கறா. பக்கத்துல கொண்டு போனா பயங்கரமா கத்தி அதை வாங்கிக் கீழே போட்டு உடைக்கிறா...”

“பூஜ்யாவோட நடவடிக்கை அப்படி இருந்ததுக்கு என்ன காரணம் இருக்க முடியும்ன்னு நினைக்கறீங்க டாக்டர்?”

“நோ ஐடியா...! தாஜ்மஹால், பூஜ்யா மனதோடு சம்பந்தப்பட்ட ஒரு விஷயம். அடுத்தக்கட்டமா அவளை ஒரு நல்ல சைக்கியாட்ரிஸ்ட்கிட்டே காட்டி ட்ரீட்மெண்ட் ஆரம்பிக்கலாம்ன்னு நினைச்சிட்டிருக்கும்போதுதான் அவளோட மரணம். இதை நான் எதிர்பார்க்கலை.”

“அதாவது... பூஜ்யா இப்படி திடீர்ன்னு இறந்துபோக வாய்ப்பு இல்லைன்னு சொல்ல வர்றீங்க... இல்லையா டாக்டர்?”

“எஸ்... பட்... இது ஒரு கொலையாய் இருக்கும்ன்னு நான் நினைக்கலை.”

“நீங்க அப்படி நினைக்க என்ன காரணம்?”

“பூஜ்யாவோட உடம்புல எந்த ஒரு காயமும் இல்லை. ரத்தச்சேதமும் இல்லை. அவளோட மரணத்துக்குக் காரணம் ஃபிட்ஸ் வந்ததுதான்...”

“மிஸ்டர் ராமமூர்த்தி... நீங்க என்ன சொல்றீங்க?”

“ஸார்... பூஜ்யா காலேஜிலிருந்து போன வாரம் வீட்டுக்கு வந்தப்பவே நார்மலாயில்லை. அவளை யாரோ ஹராஸ் பண்ணியிருக்காங்க.”

விவேக் அவரை ஏறிட்டான்.

“நீங்க இவ்வளவு நேரம் பூஜ்யாவைப்பத்தி நிறைய சொன்னீங்க. பட்... ஒரு முக்கியமான விஷயத்தைச் சொல்ல மறந்துட்டீங்களா... இல்லை மறைச்சுட்டீங்களா...”

“நீங்க எதை மென்ஷன் பண்றீங்க...?”

“பூஜ்யாவுக்குக் கல்யாணமானதையும், கல்யாணமான ஒரு வருஷத்துக்குள்ளாகவே அவ டைவர்ஸ் வாங்கிட்டதையும் நீங்க சொல்லவே இல்லையே?”

“ஸாரி ஸார்... நானும் சரி... உயிரோட இருந்தவரைக்கும் என்னோட பொண்ணு பூஜ்யாவும் சரி... அந்தக் கெட்ட நினைவை நினைச்சுக்கூடப் பார்க்க விரும்பறது இல்லை...”

“இப்ப நினைச்சுப் பார்க்கலாமே...! பூஜ்யா கொலை செய்யப்பட்டு இருக்கலாம்ன்னு நீங்க சந்தேகப்படறீங்க. பூஜ்யாவோட மரணத்துக்கு அந்த நபர் காரணமாய் இருக்கலாமே...?”

“நான் அந்தக் கோணத்தை யோசிச்சுப் பார்க்கலை.”

“பூஜ்யாவோட அந்த மாஜி கணவன் யார்?”

“பேரு விஜய்பாபு...”

“வேலை பார்க்கிறாரா?”

“ஆமா... ‘நியூ ஸ்கை’ டி.வி சேனல்ல காமிராமேனா ஒர்க் பண்றான். சரியான பொம்பளை பொறுக்கி. ஒரு டி.வி நடிகையோட சாலிகிராமத்துல அஞ்சு வருஷமாய் குடும்பம் நடத்திட்டு வர்றானாம். பார்க்கிறதுக்கு ஆள் சினிமா ஹீரோ மாதிரி இருப்பான். நிறைய விளம்பரப் படங்களில் கூட நடிச்சிருக்கான். ஆள் அழகாய் இருக்கப் போய் எம் பொண்ணு பூஜ்யா அவனைக் காதலிச்சா. கல்யாணம்ன்னு ஒண்ணு நடந்தா அது அவன் கூடத்தான்னு கண்டிப்பா சொல்லிடவும், நான் வேற வழியில்லாமே கல்யாணத்தைப் பண்ணி வெச்சேன். ஒரே வருஷம்...! விஜய்பாபு எப்படிப்பட்டவன்ங்கிற உண்மை வெளியே வர, அடுத்த வருஷமே டைவர்ஸ். வீட்ல சும்மா இருக்கப் பிடிக்காமே காலேஜ்ல சேர்ந்து எம்.எஸ்ஸி படிச்சா...! பூஜ்யான்னு அவளுக்கு எந்த நேரத்துல பேரை வெச்சேனோ தெரியலை. அவ வாழ்க்கையே ஒரு பூஜ்யமாயிடுச்சு...”

“விஜய்பாபுவோட வீடு எங்கே?”

“சாலிகிராமத்துல ஜெய்மாருதி அபார்ட்மெண்ட்ஸ். தேர்ட் ஃப்ளோர்.”

“விஜய்பாபு இன்னமும் அந்த டி.வி நடிகையோடதான் குடும்பம் நடத்திட்டு இருக்காரா...?”

“தெரியாது ஸார்.” சொன்ன ராமமூர்த்தி தளர்ந்து போன உடம்போடு நாற்காலிக்குச் சாய்ந்தார். “என்னோட நாப்பதாவது வயசுல என்னோட மனைவியை இழந்தேன். இந்த ஐம்பதாவது வயசுல என்னோட பொண்ணையும் இழந்து தனிமரமாயிட்டேன். என்னை மாதிரியான நிலைமை இந்த உலகத்துல யாருக்கும் வரக்கூடாது ஸார்...”

ராமமூர்த்தி நெற்றியைப் பிடித்துக்கொண்டு புலம்பிக் கொண்டிருக்க, சலனமில்லாமல் மல்லாந்திருந்த பூஜ்யாவை மறுபடியும் ஒரு தடவை பார்த்தபடி நகர முயன்ற விவேக் சட்டென்று நின்றான். வியப்பில் அவன் நெற்றி சுருங்கியது. டாக்டரிடம் திரும்பினான்.

“டாக்டர்...”

பக்கத்தில் நின்றிருந்த டாக்டர் ஹரிபிரசாத் “எஸ்” என்றார்.

“பூஜ்யாவோட முகத்தைக் கொஞ்சம் உத்துப் பாருங்க டாக்டர்.”

டாக்டர் குழப்ப முகத்தோடு பூஜ்யாவை உன்னிப்பாய்ப் பார்த்துவிட்டு விவேக்கிடம் நிமிர்ந்தார்.

“எதுக்காக பூஜ்யாவோட முகத்தைப் பார்க்கச் சொன்னீங்க?”

“அவளோட முகத்தைப் பார்த்தப்ப உங்களுக்கு ஏதாவது வித்தியாசம் தெரிஞ்சுதா...?”

“ஒரு வித்தியாசமும் தெரியலையே...”

“டாக்டர்...! நீங்க மொதல்ல உங்க கண்ணாடியை மாத்தணும்.”

“கண்ணாடியை மாத்தணுமா... வாட் டூ யூ மீன்?” என்ற கேட்ட டாக்டரின் முகம் மாறியது.

“டோன்ட் மிஸ்டேக் மீ... டாக்டர்...! உங்க கண்ணாடி சரியான பவரோட கூடிய கண்ணாடியாய் இருந்திருந்தா பூஜ்யாவோட நெத்திப் பகுதியில தெரியற அந்த வித்தியாசத்தை அப்ஸர்வ் பண்ணியிருப்பீங்க?”

“என்ன வித்தியாசம்?”

“அவளோட வலது கண்ணுக்கு மேலே இருக்கிற நெத்திப் பகுதியை கொஞ்சம் சிரமம் எடுத்துக்கிட்டு தீர்க்கமாய் பாருங்க டாக்டர்!”

டாக்டர் ஹரி பிரசாத் பூஜ்யாவுக்குப் பக்கத்தில் போய் நின்று அவளுடைய வலது கண்ணுக்கு மேலே இருந்த நெற்றிப் பரப்பை உன்னிப்பாய்ப் பார்த்தார். பார்க்கப் பார்க்க அவருடைய இதயம் வியப்பின் விளிம்புக்குப் போயிற்று.

பூஜ்யாவின் நெற்றிப்பரப்பில் இருந்த மெல்லிய அந்த நரம்பு லேசாய்த் துடித்துக் கொண்டிருந்தது.

“மை குட்னஸ்!” என்று சொல்லிக்கொண்டே விரல்களால் தன் நெற்றியைப் பிடித்துக் கொண்டார் டாக்டர்.

“என்ன டாக்டர்...?”

“பூஜ்யா உடம்புல இன்னமும் உயிர் இருக்கு...” டாக்டர் ஹரிபிரசாத் சந்தோஷத்தில் கத்தினார்.

# 4

**மனதில் மற்றவர்கள்பால் கொண்டுள்ள அன்பை உடனே வெளிப்படுத்தி விடுங்கள். இல்லையென்றால் பின்னர் வெளிப்படுத்த சந்தர்ப்பம் கிடைக்காமலே போய்விடும்.**

சூர்யகாந்தி லிஃப்ட்டில் பயணித்து முதல் மாடியின் வராந்தாவுக்குள் நுழைந்தாள். மெல்ல நடந்து, சத்யானந்தம் - மானேஜிங் டைரக்டர் என்ற பிராஸ் மெட்டல் எழுத்துக்கள் பளபளத்த அறைக்கு முன்பாய் வந்து நின்றாள். மெல்ல கதவைத் தட்ட, உள்ளேயிருந்து கனமான குரல் வந்தது.

“ப்ளீஸ் கம்... இன்.”

சூர்யகாந்தி உள்ளே நுழைந்தாள். அறையில் பரவியிருந்த செண்ட்டட் ஏ.ஸி காற்று அவளை அவசரமாய் முகர்ந்து பார்த்துவிட்டு நகர்ந்தது. எக்ஸிக்யூட்டிவ் நாற்காலியில் சாய்ந்து புன்னகை முகத்தோடு தெரிந்த சத்யானந்தத்திற்கு அறுபது வயது இருக்கலாம். நரைமுடிக்கு நேர்த்தியான டை அடித்து அதைப் படிய வாரியிருந்தார். பணம் அவரை ஆரோக்கியமாய் வைத்திருப்பதற்கு அடையாளமாய் முகத்தில் ஒருவித மினுமினுப்பு தெரிந்தது.

“வணக்கம் ஸார்.”

“உட்காரம்மா..” சத்யானந்தம் தனக்கு எதிரே இருந்த நாற்காலியைக் காட்ட, சூர்யகாந்தி தயக்கமாய் உட்கார்ந்தாள்.

“நல்லவெயில் நேரத்தில் வந்திருக்கே... ஏதாவது கூல்ட்ரிங்க் சாப்பிடேன்...!”

“வேண்டாம் ஸார்... எனக்கு கூல்ட்ரிங்க்ஸ், டீ, காப்பி எதுவுமே பிடிக்கிறது இல்லை.”

“நல்ல பழக்கம்தான்...” என்றவர் சில விநாடிகள் மௌனமாய் இருந்துவிட்டுக் கேட்டார்.

“உனக்கு விளம்பரப் படத்துல நடிக்கிறதுக்கு விருப்பம்தானே? நான் ஏதோ உன்னைக் கட்டாயப்படுத்தறதா நினைக்கக் கூடாது!”

“நான் அப்படி நினைச்சிருந்தா வந்து இருக்கமாட்டேன் ஸார்!”

“எங்கேயாவது வேலைக்குப் போயிட்டிருக்கியாம்மா?”

“இல்ல ஸார். தபால் மூலமா எம்.ஏ, படிச்சுட்டு ஒரு வேலைக்காக ட்ரை பண்ணிட்டு இருக்கேன். வீட்ல அம்மா மட்டும்தான். அப்பா எப்பவோ தவறிட்டார். கூடப் பிறந்தவங்களும் யாரும் இல்லை.”

“நேத்து கல்ச்சுரல் ப்ரோக்ராமுக்கு வந்து டான்ஸ் பண்ணினியே... எப்படி...?”

“அது என்னோட தோழி ப்ரியதர்ஷணி ஒரு டான்ஸ் ஸ்கூல் வெச்சு சில பேருக்கு டான்ஸ் கத்து தர்றா. எனக்கும் டான்ஸ் தெரியும்ங்கிற காரணத்தால நானும் போய் அவளுக்கு உதவி பண்ணுவேன். கல்ச்சுரல் ப்ரோக்ராம் நடத்தினவங்க என்னைத் தனியா ஒரு டான்ஸ் ப்ரோக்ராம் பண்ணச் சொன்னாங்க... அதான் நேத்துப் பண்ணினேன்.”

சத்யானந்தம் சிரித்தார். “சும்மா சொல்லக் கூடாதம்மா. டான்ஸ் ரொம்பவும் பிரமாதம். நானும் எத்தனையோ டான்ஸ் ப்ரோக்ராம்ஸ் பார்த்து இருக்கேன். இது மாதிரியான ஒரு டான்ஸைப் பார்த்தது கிடையாது. சில பெண்கள் நல்லா டான்ஸ் பண்ணுவாங்க. ஆனா நடன அசைவுகள் சரியாய் இருக்காது. அவங்க காட்ற சில அபிநயங்கள் பிடிபடாது.

ஆனா உன்கிட்டே, நான் குறிப்பிட்ட எல்லா அம்சங்களும் சிறப்பாய் இருந்தது. அதான் உன்னை விளம்பரப் படத்துல நடிக்க வர்றியான்னு கூப்பிட்டேன். நீயும் வந்துட்டே!"

"ஸார்...!"

"சொல்லும்மா"

"நான் எதுமாதிரியான விளம்பரப் படத்துல நடிக்கணும்?"

"புதுசா மார்க்கெட்டுக்கு வரப்போகிற ஒரு டீத்தூள் விளம்பரம். அந்த விளம்பரப் படத்திலேயும் நீ ஒரு டான்ஸர்தான். 15 விநாடி ஓடற விளம்பரப்படம். டான்ஸ் நிகழ்ச்சி தொடங்கறதுக்கு முன்னாடி நீ ரொம்பவும் களைப்பாய் இருக்கிற மாதிரியும் டீ குடிச்ச பின்னாடி உனக்குள்ளே ஒரு உற்சாகமும் சுறுசுறுப்பும் ஏற்பட்டு நல்லா டான்ஸ் ஆடற மாதிரியும் சீன்."

"சூட்டிங் ஸ்பாட் எங்கே ஸார்?"

"ஆக்ரா. நாங்க முதல் முதலா ஒரு விளம்பர மாடலை அறிமுகப்படுத்தறது, ஆக்ரால இருக்குற தாஜ்மஹால்லதான்."

"டீத்தூள் என்ன பிராண்ட் ஸார்?"

"தங்க ரதம் டீத்தூள்."

"ஸார்...! இதுக்கு முன்னாடி நான் எந்த ஒரு விளம்பரப் படத்திலேயும் நடிச்சது இல்லை. இதுதான் முதல் தடவை..."

"அதையெல்லாம் நினைச்சு டென்ஷன் படவேண்டாம். இன்னிக்கு நாள் நல்லாயிருக்கு. அக்ரிமெண்ட்ல கையெழுத்துப் போட்டுடறியா...?"

"ஸார்... பேமெண்ட் எல்லாம் எப்படி...?"

"அது எல்லாமே நீ சந்தோஷப்படற மாதிரிதான் இருக்கும். மத்த விளம்பரக் கம்பெனிகளுக்கும் எங்களுக்கும் உள்ள வித்தியாசங்கள் என்னென்னு போகப் போக உனக்குத் தெரியும். அக்ரிமெண்ட்ல இருக்கிற ஒரே ஒரு கண்டிஷன் என்ன தெரியுமா?"

"சொல்லுங்க ஸார்!"

"இந்த அக்ரிமெண்ட்ல கையெழுத்துப் போட்ட நாளிலிந்து ஒரு ஆறு மாசம் வரைக்கும் வேற எந்த விளம்பரக் கம்பெனி கூப்பிட்டாலும் நடிக்கப் போகக்கூடாது... அதுக்கப்புறம் நீ போலாம்."

"ஓ.கே... சார்."

"ரெண்டாவது கண்டிஷன்... தங்கரதம் டீத்தூள் விளம்பரத்துல நடிச்ச பின்னாடி வேற எந்த டீத்தூள் விளம்பரத்திலேயும் நடிக்கக் கூடாது. ஏன்னா ஒரு டீத்தூள் நல்லாயிருக்குன்னு சொன்ன பின்னாடி இன்னொரு டீத்தூள் விளம்பரத்துல நடிக்கிறது அவ்வளவு சரியில்லை மக்கள் அதை ஏத்துக்க மாட்டாங்க..." சத்யானந்தம் சொல்லிக்கொண்டே மேஜையின் இழுப்பறையைத் திறந்து உள்ளேயிருந்த ஒரு ஃபைலை எடுத்தார். சூர்யகாந்தியிடம் நீட்டினார்.

"என்ன ஸார் இது...?"

"நீ கையெழுத்துப்போட வேண்டிய காண்ட்ராக்ட் பத்திரம். படிச்சுப் பார்த்துட்டு கையெழுத்துப் போடம்மா."

"ஸார்... அதுல வந்து..."

"என்னம்மா தயக்கம்...?"

"ஸார்... காண்ட்ராக்ட்டை வீட்டுக்கு எடுத்துட்டுப் போய் படிச்சுப் பார்த்துட்டு கையெழுத்துப் போடறேனே?"

"தாராளமா... இந்த ஃபைலை எடுத்துக்கிட்டு வீட்டுக்குப் போய் நிதானமாய் படிச்சுப் பார்த்து - அதுல உனக்கு ஏதாவது சந்தேகங்கள் இருந்தா தெளிவுபடுத்திக்கிட்டு கையெழுத்துப் போட்டா போதும்மா. இன்னிக்குத் தசமி. நாள் நல்லா இருக்கேன்னு பார்த்தேன். பரவாயில்லேம்மா... நீ ஃபைலை எடுத்துட்டுப் போ..."

"தேங்க்யூ ஸார்..." ஃபைலை வாங்கிக்கொண்டு சூர்யகாந்தி எழுந்தாள்.

“நாளைக்கு இதே நேரம் நான் வர்றேன் ஸார்.”

“வாம்மா... அந்தக் காண்ட்ராக்ட்ல ஏதாவது சந்தேகங்கள் இருந்தா என்னோட பர்சனல் செல்ஃபோன் நெம்பர்க்கு ஃபோன் பண்ணி கேட்டுக்கலாம்.”

“கண்டிப்பா... நான் வர்றேன் ஸார்...”

அவள் கிளம்பிப்போனதும், தன்னுடைய செல்ஃபோனை எடுத்துக்கொண்ட சத்யானந்தம் சில எண்களைத் தட்டி விட்டுப் பேசினார்.

“பொன்ராஜ்...! நான் சத்யானந்தம்.”

“என்ன! அந்த சூர்யகாந்தி கையெழுத்துப் போட்டுட்டாளா?”

“போடலை...! காண்ட்ராக்ட்டை வீட்டுக்குக் கொண்டு போய் படிச்சுப் பார்த்துட்டுக் கையெழுத்துப் போடறாளாம்.”

“இதோ பார் சத்யானந்தம்...! நீ என்ன பண்ணுவியோ ஏது பண்ணுவியோ எனக்குத் தெரியாது. அந்தப் பொண்ணை காண்ட்ராக்ட்ல கையெழுத்துப் போட வைக்கணும்...”

“பொன்ராஜ்! நீ டென்ஷனாகாதே... நான் பார்த்துக்கிறேன்.”

# 5

**ஜப்பானைப் பற்றிய மினி செய்திகள்: ஜப்பானுக்கு தேசிய உடை - கிமோனா. அந்நாட்டின் அதிவேக ரயிலின் பெயர் - ஷன் கான்சென். விருப்ப உணவு - நூடுல்ஸ். ஜப்பானியர்களின் மதம் - ஷிண்டோ. ஜப்பான் நாணயம் - யென்.**

ஹாஸ்பிடல்.

ஐ.ஸி யூனிட்டிலிருந்து வெளிப்பட்ட டாக்டர் ஹரி பிரசாத்தை விவேக், விஷ்ணு, பூஜ்யாவின் அப்பா ராமமூர்த்தி ஆகியோர் ஒரு சின்ன தவிப்போடு எதிர்கொண்டார்கள்.

“டாக்டர்... பூஜ்யாவுக்கு இப்போ எப்படியிருக்கு?”

“வாங்க! ரூமுக்குப் போய் பேசலாம்...”

டாக்டர் இறுகிய முகத்தோடு சொல்லிவிட்டு நடக்க ஆரம்பித்துவிட, மூன்று பேரும் அவரைத் தொடர்ந்தார்கள்.

ராமமூர்த்தி பதட்டமாய்த் தெரிந்தார்.

“டாக்டர்...! ஹௌ ஈஸ்... ஷி...? இனிமே உயிருக்கு எந்த ஆபத்தும் இல்லையே...”

“உங்க பொண்ணுக்கு உள்ள பிரச்சனை பத்தி நான் சொல்றேன்... டோண்ட் கெட் டென்ஷன்...”

டாக்டர் ஹரிபிரசாத் தன்னுடைய அறைக்குள் நுழைந்து இருக்கைக்குப் போய் சாய்ந்தார். மூன்றுபேரும் எதிரில்

வந்து உட்கார்ந்தார்கள். டாக்டர் சில விநாடிகள் மௌனமாய் இருந்துவிட்டு பேச்சை ஆரம்பித்தார்.

“மிஸ்டர் விவேக்...! என்னோட இத்தனை வருஷ டாக்டர் சர்வீஸ்ல இதுவரைக்கும் இப்படி ஒரு நோயாளியைப் பார்த்தது இல்லை. இட்ஸ் ஏ மிர்ராக்கிள். பூஜ்யாவை நான் பரிசோதிச்சுப் பார்த்தப்ப அவ உடம்புல உயிர் இல்லை. கண்ல டயலேஷன் இருந்தது. ஹண்ட்ரட் பர்ஸண்ட் டெத். மறுபடியும் எப்படி பூஜ்யாவோட உடம்புக்குள்ளே உயிர் வந்ததுன்னு தெரியலை. பூஜ்யாவோட உடம்பை மறுபடியும் ஒரு தடவை தரோவா ஸ்கேன் பண்ணிப் பார்த்தப்பதான் அவளுக்கு என்ன பிரச்சனைன்னு தெரிஞ்சது...”

“என்ன பிரச்சனை டாக்டர்?”

“பூஜ்யா ஈஸ் ஏன் அநியூரிஸ் பேஷண்ட். இந்த நோய் உள்ளவங்களோட உடல் சட்டுன்னு எல்லா இயக்கங்களையும் நிறுத்திக்கிட்டு மரணம் நேர்ந்தது மாதிரி நிலையைக் காட்டும். இது மாதிரி நோய் லட்சத்தில் ஒருத்தருக்குக்கூட வர்றது ரேர். ஆனா பூஜ்யாவுக்கு வந்துருக்கு.”

விவேக் குறுக்கிட்டுக் கேட்டான்.

“இது எது மாதிரியான நோய் டாக்டர்?”

“அநியூரிஸம், ரத்த நாளங்களில் ஏற்படற ஒரு வகை வீக்கம். பூஜ்யாவோட மூளைப்பகுதியை ஸ்கேன் பண்ணிப் பார்த்தப்ப ஒரு விபரீதம் தட்டுப்பட்டது. அதாவது பால்பாயிண்ட் பேனாவோட ரீஃபிள் தடிமனே இருக்க வேண்டிய ஒரு ரத்தநாளம் எலுமிச்சை பழம் அளவுக்குப் புடைச்சுக்கிட்டு இருக்குது. இதனால மூளையைச் சுத்தியுள்ள நரம்புகள் நசுக்கப்பட்டு மரணம் மாதிரி நிலைமையை ஏற்படுத்தியிருந்தது. பூஜ்யாவுக்கு ஃபிட்ஸ் வந்ததுக்குக் காரணமே இப்படியொரு ரத்தநாளம் வீங்கியிருந்ததுதான். இந்தக் குறையைச் சரிப்படுத்த உடனடியாய் ஒரு ஆப்ரேஷனைப் பண்ணியாகணும். இல்லேன்னா இப்போ

தற்காலிகமாய் ஏற்பட்ட மரண நிலை நிரந்தரமான மரணமா மாற வாய்ப்பு அதிகம்.”

“அந்த ஆப்ரேஷனை எப்ப பண்ணணும் டாக்டர்?”

“உடனே...! உடனே பண்ணியாகணும். பட் இது ஒரு சிக்கலான ஆப்ரேஷன். மூளைக்குப் பக்கத்தில் புடைச்சுட்டு இருக்கிற ரத்தநாளத்தை ஆப்ரேஷன் பண்ணி எடுக்கறதுங்கறது வெடிகுண்டு மேல உட்கார்ந்துக்கிட்டு பட்டாசு வெடிக்கிற செயலுக்குச் சமம். இந்த ஆப்ரேஷனோட சக்சஸ் ரேட் 1 சதவீதம்தான். அதாவது இது மாதிரி இருக்கற 100 பேருக்கு ஆப்ரேஷன் பண்ணினா அதுல ஒருத்தர்தான் உயிர் பிழைக்க வாய்ப்பு இருக்கு! இதுல பூஜ்யாவோட அதிர்ஷ்டம் எப்படி இருக்குன்னு பார்க்கணும்.”

ராமமூர்த்தி கண்களில் நீரோடு டாக்டரைப் பார்த்துக் கைகூப்பினார். “டாக்டர்... பணம் எவ்வளவு செலவானாலும் பரவாயில்லை. உடனடியாய் ஆப்ரேஷனுக்கு வேண்டிய ஏற்பாடுகளைப் பண்ணுங்க...”

“நான் அதுக்கு வேண்டிய ஆரம்பக்கட்ட முயற்சிகளைப் பண்ணிட்டேன்... ப்ளட் வாஸ்குலார் ஸ்பெஷலிஸ்ட் நரசிம்மன் ஒரு பத்து நிமிஷத்துக்குள்ளே இங்கே வந்துடுவார். பை... த... பை... அதுக்கு முன்னாடி எனக்குச் சில விவரங்கள் வேணும்...”

“கேளுங்க டாக்டர்...”

“பூஜ்யாவுக்கு இந்த அபூரிச நோய் இப்ப வந்திருக்க வாய்ப்பு இல்லைனு நினைக்கிறேன். இந்த நோயோட முதல் அறிகுறி கடுமையான தலைவலியா இருந்திருக்கும். பூஜ்யா கடுமையான தலைவலியால அவதிப்பட்டுக்கிட்டு இருந்தாளா?”

“ஆமா... டாக்டர்... ரெண்டு வருஷத்துக்கு முந்தி பூஜ்யா அடிக்கடி தலைவலிக்குதுன்னு சொல்லுவா. டாக்டர் சிவசிதம்பரம்தான் ட்ரீட்மெண்ட் குடுத்து சரி பண்ணினார்.

தொடர்ச்சியாய் மருந்துகள் சாப்பிடணும்னு சொல்லி சில மருந்துகளை எழுதிக் கொடுத்தார். பூஜ்யா அதைக் கொஞ்ச நாள் சாப்பிட்டா. அப்புறம் தலைவலி சரியாயிடுச்சுன்னு சொல்லி மாத்திரை சாப்பிடறதை நிறுத்திட்டா."

"பூஜ்யா அந்த மாத்திரைகளைத் தொடர்ந்து சாப்பிட்டிருந்தா இந்த நோய் அவளைத் தாக்கியிருக்காது. ஓ.கே... இனி அதைப் பத்திப் பேசி ஒரு பிரயோஜனமும் இல்லை. ஆப்ரேஷனை உடனடியாய் பண்ணியாகணும். நான் அதுக்கு வேண்டிய ஏற்பாடுகளைப் பண்றேன்..." டாக்டர் ஹரிபிரசாத் சொல்லிக் கொண்டே எழுந்துவிட.

விவேக், ராமமூர்த்தியிடம் திரும்பினான்.

"உங்க டாட்டர் பூஜ்யா ஒரு தடவை காலேஜிலிருந்து வீட்டுக்குத் திரும்பி வந்தப்ப நார்மலா இல்லைன்னு சொன்னீங்க இல்ல... அதுக்குக் காரணம் என்னவாய் இருக்கும்னு யோசிச்சுப் பார்த்தீங்களா?"

"ஏதும் பிடிபடலை ஸார்.. அன்னிக்கி 'ஏம்மா இப்படி இருக்கே'ன்னு நேரிடையாவே கேட்டுப் பார்த்தேன். அதுக்கு பூஜ்யா 'நான் எப்பவும் போலத்தானே இருக்கேன்'னு சொல்லிட்டு ரூமுக்குப் போயிட்டா. நானும் அதுக்கப்பறம் எதும் அவளைக் கேட்கலை."

"சரி...பூஜ்யாவுக்கு ஃப்ரண்ட்ஸ் இருக்காங்களா?"

"இருக்கலாம்... ஸார்! ஆனா எனக்கு அவங்களைப் பத்தித் தெரியாது."

"பூஜ்யா உபயோகிக்கிற செல்ஃபோன் இப்ப எங்கேயிருக்கு?"

"வீட்ல...! பூஜ்யா ரெண்டு செல்ஃபோன் யூஸ் பண்ணிட்டிருந்தா... அந்த ரெண்டு செல்ஃபோனும் அவளோட ரூமுக்குள்ளேதான் இருக்கும்னு நினைக்கிறேன்."

"மிஸ்டர் ராமமூர்த்தி! உங்க டாட்டர் பூஜ்யாவுக்கு ஒரே நேரத்துல உடல்நலமும் பாதிக்கப்பட்டிருக்கு; மனநலமும்

பாதிக்கப்பட்டிருக்கு. இந்த மோசமான நிலைமைக்குப் பின்னாடி ஏதோ ஒரு விஷயம் நடந்திருக்கு. ஒரு பொண்ணுக்குத் தாஜ்மஹால் மேல என்ன கோபம் இருக்க முடியும்...?"

"அதுதான் எனக்குப் புதிராய் இருக்கு..."

"அந்தப் புதிர்க்கான விடையைக் கண்டுபிடிக்க வேண்டாமா?"

"எப்படிக் கண்டுபிடிக்க முடியும்...?"

"பூஜ்யாவோட அறைக்கு நாம இப்போ போறோம். அவளோட செல்ஃபோனை எடுத்துச் சம்பவம் நடந்த அன்னக்கி அவ யார் யாரோட பேசியிருக்கானு கால் ரிஜிஸ்டரியில பார்த்து லிஸ்ட் தயார் பண்ணி அந்த நெம்பர்களுக்குரிய நபர்களை என்கொய்ரி பண்ணிப் பார்த்தா, உபயோகமான தகவல்கள் ஏதாவது கிடைக்கலாம். டாக்டர் ஹரிபிரசாத் பூஜ்யாவோட ஆப்ரேஷனுக்கு வேண்டிய ஏற்பாடுகளைப் பண்ணட்டும். நாம உங்க வீட்டுக்குப் போய்ட்டு வந்துடலாம்..."

மூன்றுபேரும் டாக்டரிடம் சொல்லிக்கொண்டு புறப்பட்டார்கள்.

காரில் இருபது நிமிடப் பயணம்.

இருபத்தியோராவது நிமிடம் பூஜ்யாவின் வீட்டில் - அவளுடைய அறையில் இருந்தார்கள்.

விவேக்கும் விஷ்ணுவும் அந்த அறையைப் பார்வையால் கழுவிக்கொண்டே செல்ஃபோன் இருக்கும் இடத்தைத் தேடினார்கள். டி.வியின் தலைமேல் ஒரு செல்ஃபோன் உட்கார்ந்திருந்தது. விவேக் அதை எடுத்து உயிர்ப்பித்து பூஜ்யாவுக்கு ஃபோன் செய்தவர்கள் யார் யார் என்பதைப் பார்க்க முயற்சிக்க அனைத்தும் சுத்தமாக அழிக்கப்பட்டிருந்தது.

"விஷ்ணு!"

"பாஸ்..."

"இந்த செல்ஃபோன்ல ஒரு உபயோகமான தகவலும் இல்லை. பூஜ்யாவோட இன்னொரு செல்ஃபோன் எங்கே இருக்குன்னு தேடு..."

"அதைத்தான் தேடிட்டு இருக்கேன் பாஸ்..."

சற்றுத்தள்ளி நின்றிருந்த ராமமூர்த்தி பக்கத்தில் வந்தார். "ஸார்... அந்த ரெண்டாவது செல்ஃபோன் கொஞ்சம் காஸ்ட்லியான போன். பதினைஞ்சு நாளைக்கு முன்னாடிதான் நான் வாங்கிக் கொடுத்தேன். இன்னும் குறிப்பா சொல்லப் போனா அவளோட பிறந்த நாளன்னிக்கு அந்த செல்ஃபோனை கிஃப்ட்டா கொடுத்தேன்."

"அந்த செல்ஃபோனோட நெம்பர் என்ன?"

ராமமூர்த்தி சில விநாடிகள் யோசித்து அந்த எண்களைச் சொல்ல, விவேக் அந்த எண்களை மனதில் வாங்கிக் கொண்டு கையில் வைத்திருந்த செல்ஃபோனில் டயல் செய்தான்.

மறுமுனையில் ரிங் போயிற்று.

விவேக் ராமமூர்த்தியை வியப்பாய்ப் பார்த்தான். "ரிங் போகுது. ஆனா செல்ஃபோன் இந்த அறைக்குள்ளே இருந்திருந்தா சத்தம் கேட்டு இருக்குமே...?"

"ஒருவேளை அது சைலண்ட் மோட்ல இருக்கலாம்."

"யூ மே பி கரெக்ட்...!" சொன்ன விஷ்ணு அந்த செல்ஃபோன் நெம்பரை ரீடயல் செய்துகொண்டே அறைக்குள் பார்வையை அலையவிட்டான்.

"விஷ்ணு!"

"பாஸ்..."

"அந்தப் புக் ஷெல்ஃபுல பார்."

விஷ்ணு சுவரோரமாய் இருந்த அந்த ஷெல்ஃபுக்குள் போய் அதைக் குடைந்து பார்த்துவிட்டுத் தலையாட்டினான்.

"இல்ல பாஸ்."

"இந்த வீட்லயே வேற ஏதாவது ஒரு ரூம்க்குள்ளே இருக்கலாமோ...?"

"நான் போய்ப் பார்த்துட்டு வர்றேன் பாஸ்." விஷ்ணு சொல்லிக்கொண்டே நகர முயன்ற விநாடி விவேக் குரல் கொடுத்தான்.

"ஒரு நிமிஷம் விஷ்ணு... இந்த அறையோட கதவு, ஜன்னல் எல்லாம் குளோஸ் பண்ணிட்டு அப்பிடியே லைட்டும் ஆஃப் பண்ணிட்டு.. அந்த செல்போனுக்கு கால் பண்ணு."

விஷ்ணு செய்தான்.

அடுத்த 20 வினாடிகளில் விவேக் சொன்னான்."அந்த செல்ஃபோன் இந்த அறைக்குள்ளேதான் இருக்கு... நான் ட்ரேஸ் பண்ணிட்டேன்."

"எங்கே பாஸ்...?"

"ஜன்னல் திட்டு மேல் ஒரு ப்ராஸ் மெட்டல் ஃப்ளவர் வாஷ் இருக்கு தெரியுதா?"

"தெரியுது பாஸ்."

"அந்த ஃப்ளவர்வாஷோட வாய்ப்பகுதியைப் பாரு... லேசா ஒரு வெளிச்சம் வந்து உடனே மறையுது. கண்டிப்பாய் அது செல்ஃபோனோட வெளிச்சமாய்த்தான் இருக்கும்ன்னு நினைக்கிறேன்... போய்ப் பாரு."

திரும்பவும் அந்த அறையை வெளிச்சத்திற்கு கொண்டு வந்து, விஷ்ணு அந்த ஃப்ளவர்வாஷை நெருங்கி அதில் செருகி வைத்திருந்த சிந்தெடிக் பூங்கொத்தை எடுத்துவிட்டு உள்ளே கையை விட்டு செல்ஃபோனை எடுத்தான்.

"கொண்டா அதை...!" விவேக் அதை வாங்கி அதன் கால் ரிஜிஸ்டரை ஓப்பன் செய்து ரிஸீவ்ட் காலில் - பூஜ்யாவைக் கடைசியாய் அழைத்தது யார் என்று பார்த்தான்.

‘ப்ராணேஷ்’ என்ற பெயர் டிஸ்ப்ளேயில் தெரிந்தது.

ராமமூர்த்தியிடம் திரும்பினான் விவேக்.

“யார் இந்த ப்ராணேஷ்...?”

அவர் முகத்தில் குழப்பம்.

“தெரியலையே...!”

“பூஜ்யாவுக்கு நிறைய தடவை போன் பண்ணியிருக்கார். கடைசியா கால் பண்ணப்ப 29 நிமிஷம் பேசியிருக்கார்.”

“ப்ராணேஷ் பேரை நான் இன்னிக்குத்தான் கேள்விப்படறேன்.”

“பூஜ்யா படிக்கிற காலேஜ் கோ-எஜுகேஷனா?”

“இல்லையே... அது வுமன்ஸ் காலேஜ் ஆச்சே.”

“அப்படீன்னா இந்தப் ப்ராணேஷ் யாரு...?”

“ப்ராணேஷோட நெம்பர்க்குப் போன் பண்ணிப் பார்த்தா ஆள் யார்ன்னு தெரிஞ்சுடும். பூஜ்யாவை உனக்கு எப்படித் தெரியும்னு அவர்கிட்டயே கேட்டுடலாமே...!” ராமமூர்த்தி சொல்ல, விவேக் அந்தப் ப்ராணேஷின் எண்களை அழுத்தினான்.

மறுமுனையில் ரிங்டோன் போவதற்குப் பதிலாய் ஒரு ரிக்கார்டட் வாய்ஸ் பெண்குரலில் கேட்டது.

“நீங்கள் டயல் செய்த எண் தற்போது உபயோகத்தில் இல்லை.” விவேக் இரண்டு முறை முயற்சி செய்தும் அதே ரிக்கார்டட் வாய்ஸ் கேட்கவே, அந்த முயற்சியைக் கைவிட்டு செல்ஃபோனில் இருந்த கேலரியை உசுப்பினான்.

பூஜ்யா செல்ஃபோன் காமிராவில் க்ளிக் செய்த படங்கள் ஒவ்வொன்றாய்ப் பளிச்சிட்டு நகர்ந்தன.

கல்லூரி வளாகத்தில் நடந்து செல்லும் மாணவிகள். கேண்ட்டீனில் கையில் பெப்ஸி, கோலாவோடு சிரிக்கும் மாணவிகள். பேட்மிண்டன் கோர்ட், வகுப்பறை என்று

காண்பித்துக் கொண்டே போன கேமிரா சட்டென்று அந்தப் படங்களைக் காட்ட - விவேக் திடுக்கிட்டான்.

நீளமான மர மேஜையொன்று தெரிய அதன்மேல் வரிசையாய் மூன்று பெரிய கண்ணாடி ஜாடிகள். அந்த ஜாடிகளுக்குள் ஏதோ திரவம் மெல்லிய ஊதாநிறத்தில் நிரம்பியிருக்க, அந்தத் திரவத்தில் கழுத்தோடு சேர்த்து வெட்டப்பட்ட மூன்று பெண் தலைகள் மிதந்து கொண்டிருந்தன.

# 6

**பெற்றோர்களின் வாழ்க்கை எப்போதும் குழந்தைகளின் பாடப்புத்தகமாக அமையும். நீங்கள் நல்ல பெற்றோர்களாய் இல்லாத பட்சத்தில் உங்களுடைய குழந்தைகளின் எதிர்கால வாழ்க்கை, ஒரு கேள்விக்குறியாக மாறுவதை உங்களால் தடுக்க முடியாது. பிறரோடு வாழ்வதல்ல வாழ்க்கை, பிறர்க்கு எடுத்துக்காட்டாய் வாழ்வதுதான் வாழ்க்கை.**

போலீஸ் கமிஷனர் குருராஜன் தன்னுடைய மேஜையின் மேல் இருந்த கம்ப்யூட்டரில் அந்த வாரத்திய க்ரைம் அக்கரன்ஸ் விபரங்களைப் பார்த்துக் கொண்டிருந்தபோது இண்டர்காமில் அந்த அழைப்பு வந்தது. ரிஸீவரை எடுத்துச் செவிமடுத்து “அனுப்புங்க” என்று சொன்னவர் கம்ப்யூட்டரை அணைத்துவிட்டுக் காத்திருக்க, அடுத்த இரண்டாவது நிமிடத்தில் சூர்யகாந்தி உள்ளே வந்தாள். உத்யோகபூர்வமாய் சல்யூட் ஒன்றை வைத்துவிட்டு “குட் மார்னிங் ஸார்” என்றாள்.

குருராஜன் ஒரு புன்னகையோடு தனக்கு எதிரிலிருந்த நாற்காலியைக் காட்டினார்.

“உட்கார்ம்மா.”

உட்கார்ந்தாள்.

“போன காரியம் என்னாச்சு?”

“கையெழுத்துப் போடச் சொல்லி காண்ட்ராக்ட் ஒண்ணைக் கொடுத்திருக்காங்க... ஸார்...”

“அந்தக் காண்ட்ராக்ட்டை படிச்சுப் பார்த்தியா?”

“பார்த்தேன் ஸார்.”

“அதுல வில்லங்கமா ஏதாவது வாசகங்கள் இருக்கா...?”

“இருக்கு ஸார்... அதைப் பத்திப் பேசத்தான் இங்கே வந்தேன் ஸார்...”

“சொல்லம்மா... என்ன வில்லங்கம்...?”

“ஸார்...! விளம்பரப் பட சூட்டிங் வெளியூர்ல நடக்கும் போது பெண்கள் யாரையும் துணைக்குக் கூட்டிக்கொண்டு வரக்கூடாது. சில சமயங்களில் ஒரு சூட்டிங் முடிய இரண்டு நாட்கள்கூட ஆகலாம். அதுவரைக்கும் பொறுமையாய் இருந்து ஒத்துழைப்பு கொடுக்க வேண்டும். அதேபோல் பெண்கள் விளம்பரக் கம்பெனிக்குச் சொந்தமான கெஸ்ட் ஹவுஸ்களில்தான் தங்க வேண்டும். ஹோட்டல்களில் தங்க அனுமதிக்கப்பட மாட்டார்கள்.”

கமிஷனர் குருராஜன் நெற்றியைத் தேய்த்தார்.

“இந்த விஷயம் கொஞ்சம் உறுத்தலாகத்தான் இருக்கும்மா! மத்த வாசகங்கள் எப்படியிருக்கு...?”

“மத்ததெல்லாம் நார்மலாயிருக்கு ஸார்.”

“ஓ.கே... நீ கையெழுத்துப் போட்டுடம்மா. மேற்கொண்டு என்ன நடக்குதுன்னு பார்த்துடலாம். சபரி அந்த விளம்பரக் கம்பெனியில வேலைக்குச் சேர்ந்து ஒரு மாசமாகியும் நம்ம டிபார்ட்மெண்ட்டுக்கு உதவறமாதிரி எந்த ஒரு தகவலையும் அவராலே கொடுக்க முடியலை. அதனாலதான் உன்னை இப்ப களத்துல குதிக்கச் சொன்னேன்...”

“நான் கான்ட்ராக்ட்ல கையெழுத்துப் போட்டுடலாமா ஸார்?”

“போட்டுடு...! இனிமே என்னை மீட் பண்றதை தவிர்த்திடு. அவங்க எந்த இடத்துக்கு சூட்டிங் கூப்பிட்டாலும் போ...

அவங்களோட நடவடிக்கைகள் எப்படியிருக்குன்னு அப்ஸர்வ் பண்ணு. அவங்க சரியில்லைங்கறதுக்கு சரியான சாட்சியங்களும் ஆதாரங்களும் கிடைச்சுட்டா உடனே எனக்கு இன்ஃபார்ம் பண்ணு..."

"எஸ்... ஸார்..."

"என்னைப் பார்க்க கட்டிடத்தோட பின்பக்க வழியாகத்தானே வந்தே?"

"ஆமா... ஸார்..."

"அதே வழியாப் போயிடு..."

சூர்யகாந்தி தலையாட்டிவிட்டு எழுந்தாள். கமிஷனரிடம் விடைபெற்றுக் கொண்டு பின்பக்க வழியாய் வெளியே வந்து தன்னுடைய ஸ்கூட்டரை நெருங்கியபோது அவளுடைய செல்ஃபோன் அழைத்தது. எடுத்து யார் என்று பார்த்தாள்.

சத்யானந்தம்.

செல்ஃபோனைக் காதுக்குக் கொடுத்து மென்மையாய்ச் சொன்னாள்.

"வணக்கம் ஸார்."

"என்னம்மா சூர்யகாந்தி... கான்ட்ராக்ட்டைப் படிச்சுப் பார்த்தியா?"

"படிச்சுட்டேன் ஸார்."

"உனக்கு ஓ.கேதானே?"

"டபுள் ஓ.கே ஸார்."

"பின்னே என்ன... கையெழுத்துப் போட்டுட வேண்டியதுதானே?"

"போட்டுடறேன் ஸார்..."

"நீ கையெழுத்துப் போட்ட முதல்நாளே சூட்டிங் கிளம்பறோம்..."

“சூட்டிங் எந்த ஸ்பாட் ஸார்?”

“ஆக்ரா...! தாஜ்மஹாலோட பின்னணியில சூட்டிங்... ஏற்கெனவே பர்மிஷன் வாங்கியாச்சு... நீ சரின்னு சொன்னா ஃப்ளைட்டுக்கு டிக்கெட் போட்டுட வேண்டியதுதான்...”

“நான் ரெடி ஸார்!”

# 7

**ரசிக்கத் தெரிந்தவனுக்கு இருட்டுகூட அழகுதான்! சிரிக்கத் தெரிந்தவனுக்கு சோகம்கூட சுகம்தான். எதையுமே பார்க்கும் விதத்தில் பார்த்து - கையாளும் விதத்தில்தான் சந்தோஷம் இருக்கிறது.**

விவேக் செல்ஃபோனில் பதிவாகியிருந்த அந்தப் படங்களைப் பார்த்து அதிர்ந்துபோக, பக்கத்தில் வந்த விஷ்ணுவும் பார்த்துவிட்டு நெஞ்சில் கையை வைத்தான்.

"என்ன பாஸ் இது...! ஆந்திராவில் ஆவக்காயை ஊறுகாய் போடற மாதிரி - மூணு தலையை கண்ணாடி ஜாடியில் மிதக்க விட்டு இருக்காங்க. இது எந்த இடத்துல எடுக்கப்பட்ட போட்டோன்னு தெரியலையே?"

ராமமூர்த்தியும் அந்தப் போட்டோக்களைப் பார்த்துவிட்டு வியர்த்துப் போயிருந்தார். விவேக் அவரை ஏறிட்டான். - "மிஸ்டர் ராமமூர்த்தி...! உங்க டாட்டர் பூஜ்யாவோட செல்ஃபோன்ல எப்படிப்பட்ட காட்சிகள் பதிவாகியிருக்குன்னு பார்த்தீங்களா?"

"என்ன ஸார் இது...? படு பயங்கரமா இருக்கு."

"மூணு பொண்ணுங்களோட தலையை வெட்டி ஃபார்மலின் திரவத்துல யாரோ ஊறப் போட்டு இருக்காங்க. அவங்க யார்ன்னு உங்களுக்குத் தெரியுதா பாருங்க...!" விவேக் மறுபடியும் செல்ஃபோனில் அந்தப் போட்டோக்களைக் காட்ட - ராமமூர்த்தி கலவரமாய் அவைகளைப் பார்த்துவிட்டுத் தலையசைத்தார்.

"தெரியலையே...!"

"எந்த கேள்வியைக் கேட்டாலும் தெரியாதுனு சொல்றீங்களே ஸார்... ம்ம். ஆனா ஒரு விஷயம் உண்மை அவளோட பூஜ்யாவோட உடல்நலமும் மனநலமும் ஒரே நேரத்தில் பாதிக்கப்பட்டதுக்கான காரணம் இந்தப் போட்டோக்களாக்கூட இருக்கலாம்."

"பாஸ்...! எனக்கு ஒரு சந்தேகம்" - விஷ்ணு குறுக்கிட்டான்.

"என்ன?"

"இந்தப் போட்டோ எல்லாத்தையும் பூஜ்யாதான் எடுத்திருப்பான்னு உறுதியாய் நாம சொல்ல முடியாது. ஏன்னா இது ப்ளூ டூத் வசதியுள்ள செல்ஃபோன். வேற ஒரு ப்ளூடூத் வசதியுள்ள செல்ஃபோனிலிருந்து பூஜ்யாவோட செல்ஃபோனுக்கு இந்தப் போட்டோஸ் அனுப்பப்பட்டு இருக்கலாமே?"

ராமமூர்த்தியும் பதட்டமாய் இடைமறித்தார். "ஸார்! மிஸ்டர் விஷ்ணு சொல்றதுதான் சரியாய் இருக்கும்னு நினைக்கிறேன். ஏன்னா பூஜ்யாவுக்கு இப்படிப்பட்ட படங்களை எடுக்கக்கூடிய அளவுக்குத் தைரியம் கிடையாது. யாரோ அவளுக்கு அந்தப் போட்டோக்களை ஃபார்வேர்ட் பண்ணியிருக்காங்க. அந்த நபர் யாருன்னு கண்டுபிடிக்கணும் ஸார்."

"அது கஷ்டம் மிஸ்டர் ராமமூர்த்தி. ப்ளூ டூத் மூலமா வர்ற போட்டோக்களாய் இருந்தாலும் சரி... தகவல்களாய் இருந்தாலும் சரி - அனுப்பின நபரை ட்ரேஸ் அவுட் பண்றது ரொம்பவும் சிரமம். இருந்தாலும் செல்போன் டெக்னாலஜி தெரிஞ்சவங்க ஒருத்தரை கன்ஸல்ட் பண்ணிப் பார்க்கலாம்."

"பாஸ்...! அதுக்கு முந்தி பூஜ்யாவோட பேசின அந்தப் ப்ராணேஷ் யாருங்கிறதைக் கண்டுபிடிக்கணும். தப்பு அந்த நபர்கிட்டேயிருந்துகூட ஆரம்பமாகியிருக்கலாமே...!"

"ப்ராணேஷோட செல்ஃபோன் தற்போது உபயோகத்தில் இல்லைன்னு ரெக்கார்டட் வாய்ஸ் வருதே...!"

"சைபர் க்ரைம் செல்லுக்கு ஃபோன் பண்ணி ப்ராணேஷோட செல்நம்பரைச் சொன்னா வீட்டு அட்ரஸ் கிடைச்சுடும். நேரா வீட்டுக்குப் போயிட வேண்டியதுதான்... பாஸ்."

"சைபர் க்ரைம்ல இப்போ யார் இன்சார்ஜ்?"

"கண்ணபிரான் பாஸ்."

"சரி...! அவரை காண்டாக்ட் பண்ணி ப்ராணேஷோட அட்ரஸை கலெக்ட் பண்ணு..."

"இதோ பாஸ்..." என்ற விஷ்ணு தன்னுடைய செல்ஃபோனில் சைபர் க்ரைம் செல்லைத் தொடர்புகொள்ள முயல - விவேக் ராமமூர்த்தியிடம் திரும்பினான்.

"ஸார்...! பூஜ்யா தாஜ்மஹாலோட படத்தை உடைச்சதா சொன்னீங்க இல்லையா?"

"ஆமா..."

"அந்தப் படத்தை நான் பார்க்கலாமா?"

"அதை எடுத்து மாடிப்படிகளுக்குக் கீழே போட்டதா எனக்கு ஞாபகம். ஒரு நிமிஷம் இருங்க... பார்த்துட்டு வர்றேன்."

ராமமூர்த்தி அறையை விட்டு வெளியே போய் ஹாலில் மாடிப்படிகளுக்குக் கீழ் ஒரு செய்தித்தாளில் சுற்றி வைத்திருந்த அந்த உடைந்த தாஜ்மஹால் படத்தைக் கொண்டு வந்தார்.

விவேக் அதை வாங்கிப் பார்த்தான்.

ஆயில் பெயிண்ட்டிங்கில் உருவான தாஜ்மஹால் அது. நிலவு ஒளியில் யமுனா நதியின் ஓரத்தில் பளபளப்பாய் தெரிந்தது.

"மிஸ்டர் ராமமூர்த்தி!"

"ஸார்..."

"இந்தப் படத்தை ட்ராயிங் பண்ணினது யாரு?"

"தெரியலை ஸார்... பூஜ்யாவுக்கு யாரோ அன்பளிப்பாய்க் கொடுத்ததுன்னு நினைக்கிறேன்."

"அது யாருன்னு உங்களுக்குத் தெரியாதா?"

"தெரியாது."

"தாஜ்மஹால் படத்தைப் பார்த்ததும் பூஜ்யாவுக்கு ஒரு கோபமும் ஆக்ரோஷமும் வர்றதுக்கு என்ன காரணம் இருக்க முடியும்ன்னு நினைக்கறீங்க...?"

"அதான் ஸார் எனக்கும் புரியலை..." ராமமூர்த்தி கண்ணீரோடு தலையாட்டிக்கொண்டு இருக்கும்போதே விஷ்ணு பக்கத்தில் வந்தான்.

"பாஸ்..."

"என்ன விஷ்ணு... ப்ராணேஷோட அட்ரஸ் கிடைச்சுதா...?"

"கிடைச்சுது பாஸ்.. ப்ராணேஷுக்கு வீடு பழைய மகாபலிபுரம் ரோட்ல இருக்கு. மஹாவீர் அவென்யூவில் ஏழாவது குறுக்குத் தெருவில் 25ம் நெம்பர் வீடு..."

"ஓ.கே புறப்படலாம்... இந்தத் தாஜ்மஹால் படத்தை நம்ம கார்ல வை விஷ்ணு."

அந்தப் படத்தை வாங்கிக்கொண்ட விஷ்ணு, "பாஸ்... இந்தத் தகவலை கமிஷனர் குருராஜன்கிட்ட சொல்ல வேணாமா?"

"அவசியம் சொல்லணும்." என்ற விவேக், செல்ஃபோனை எடுத்து கமிஷனர் குருராஜன் எண்களைத் தட்டினான்.

# 8

**ஒரு மனிதனுக்கு இரண்டு கண்கள், இரண்டு காதுகள், இரண்டு கைகள், இரண்டு சிறுநீரகங்கள் - என்று இரண்டிரண்டாய் படைத்த இறைவன்! இதயத்தை மட்டும் - சிங்கிளாய் படைத்தது ஏன் தெரியுமா? அந்த சிங்கிள் இதயம் தனக்குப் பொருத்தமான இன்னொரு சிங்கிள் இதயத்தைத் தானே தேடிக் கொள்ளட்டும் என்றுதான்!**

செல்ஃபோன் ஒலித்ததும், பார்த்துக்கொண்டிருந்த ஃபைலை தள்ளிவைத்து விட்டு எடுத்துப் பேசினார் சத்யானந்தம்.

“ஹலோ...!

“நான் பொன்ராஜ்...”

“நானே உனக்குப் போன் பண்ணலாம்ன்னு இருந்தேன் பொன்ராஜ். அதுக்குள்ளே நீயே பண்ணிட்டே..”

“என்ன... அந்த சூர்யகாந்தி கான்ட்ராக்ட்ல கையெழுத்துப் போட்டுட்டாளா?”

“ம்... போட்டுட்டா... கொஞ்ச நேரத்துக்கு முன்னாடிதான் அதைக் குடுத்துட்டுப் போனா. ஷி ஈஸ் ஹேப்பி. சூட்டிங் ஸ்பாட் ஆக்ரான்னு சொன்னேன். ஓ.கேன்னு ஒத்துக்கிட்டா.”

“அப்புறம் பின்வாங்கிட மாட்டாளே...?”

"நோ... நோ... அப்படியெல்லாம் பிரச்சனை பண்ற பொண்ணு மாதிரி தெரியலை. விளம்பரம் நல்லா வந்து மீடியாக்களுக்கு மத்தியில பரவலாய் பேசப்படணும்ன்னு அந்தப் பொண்ணுக்கும் ஆசை இருக்கு."

"சரி... இந்தத் தடவை கேமிராமேன் யாரு?"

"கோகிலன்..."

"நல்லாப் பண்ணுவானா?"

"என்ன பொன்ராஜ் இப்படிக் கேட்டுட்டே...? வெல்வெட் டார்க் ஷாம்பூக்கு ஒரு ஏட் பண்ணியிருந்தான் நீ பார்க்கலையா...?"

"நான் பார்க்கலையே...?"

"மொதல்ல அதைப் பாரு... 'அஷ்டலட்சுமி' மெகா சீரியலுக்கு அவங்கதான் ஸ்பான்ஸர். ரொம்ப நல்லா வந்திருக்கு..."

"சரி...! நாம என்னிக்கு ஆக்ரா போறோம்?"

"டேட் இன்னும் ஃபிக்ஸ் பண்ணலை. அநேகமாய் அடுத்த வாரத்துல டேட் கன்ஃபர்ம் ஆகும்."

"டிக்கெட் புக் பண்றதுக்கு முந்தி எனக்கு ஃபோன் பண்ணு. என்னோட பார்ட்னரும் வர்றேன்னு சொல்லியிருக்கார்."

"சரி! அவருக்கும் சேர்த்து டிக்கெட் போட்டுடுவோம்..."

"அப்புறம் சத்யானந்தம்! உன்கிட்டே ஒரு விஷயம் சொல்லணும்."

"என்ன...?"

"போன மாசம் உன்னோட விளம்பரக் கம்பெனியில ஒரு பையனை வேலைக்குச் சேர்த்தியே... அவன் பேர் என்ன?"

"சபரி..."

"அவனுக்கு அங்கே என்ன வேலை?"

"அட்டெண்டர் வேலைதான்...! எல்லார்க்கும் டீ, காபி கொண்டுபோய் கொடுப்பான். இன்ன வேலைன்னு கிடையாது. எல்லாத்தையும் பண்ணுவான்..."

"மொத்தத்துல அவன் ஒரு எடுபிடி...?"

"ஆமா..."

"அவனை வேலைக்குச் சேர்த்தது யாரு?"

"நான்தான்."

"யாரோட சிபாரிசு...?"

"யாரும் சிபாரிசு பண்ணலை. ஒரு மாசத்துக்கு முந்தி அவனே வந்தான். ப்ளஸ் டூ வரைக்கும்தான் படிச்சிருக்கிறதாகவும் ஏதாவது ஒரு வேலை குடுத்தா பரவாயில்லைன்னும் சொன்னான். பையனைப் பார்த்தேன். நல்ல மாதிரியா என்னோட மனசுக்குப்பட்டது. வேலைக்கும் ஒரு ஆள் வேண்டியிருந்தது. உடனே சேர்த்துக்கிட்டேன். ஏன்... என்ன விஷயம்...? எதுக்காக அந்த சபரியைப் பத்தி விசாரிக்கிறே...?"

"ஒண்ணுமில்லை சத்யானந்தம்! போன வாரம் உன்னைப் பார்க்க வந்தப்பதான் அந்த சபரியைப் பார்த்தேன். ஒரு தூணுக்கு மறைவுல நின்னு செல்ஃபோன்ல யார்கிட்டேயோ பேசிட்டிருந்தான். என்னைப் பார்த்ததும் சட்டுன்னு அவனோட முகம் மாறிடுச்சு. பேச்சை அவசர அவசரமாய் முடிச்சுக்கிட்டு அந்தப் பக்கமாய் நகர்ந்து போய்ட்டான்."

சத்யானந்தம் சிரித்தார்.

"அது ஒரு மரியாதை கலந்த பயமாய் இருந்திருக்கும்..."

"இல்ல சத்யானந்தம்! எனக்கென்னவோ அவன் பேர்ல ஒரு சின்ன சந்தேகம். கொஞ்சம் அவனை வாட்ச் பண்ணு."

"சரி... பண்ணிடலாம். பட் நீ நினைக்கிற மாதிரி அவன் தப்பானவன் கிடையாது..."

"என்னோட மனசுக்குப்பட்டதை நான் சொல்லிட்டேன். அப்புறம் உன்னோட இஷ்டம்..." மறுமுனையில் பொன்ராஜ்

செல்ஃபோனை அணைத்துவிட, சத்யானந்தமும் செல்ஃபோனை மேஜையின்மீது வைத்துவிட்டு இண்டர்காம் ரிஸீவரை எடுத்தார். ஒரு பட்டனைத் தட்டிவிட்டுப் பேசினார்.

"செக்யூரிட்டி?"

"எஸ் ஸார்..."

"ஒரு ரெண்டு நிமிஷம் என்னோட ரூமுக்கு வந்துட்டுப் போ."

# 9

நாம் அன்றாடம் பயன்படுத்தும் பைசா, ஒரு ரூபாய் மற்றும் மற்ற ரூபாய் நாணயங்களின் எடை எவ்வளவு என்று உங்களுக்குத் தெரியுமா? இதோ அதன் எடைகள்:

50 பைசா – 3.79 கிராம்.

1 ரூபாய் - 4.85 கிராம்.

2 ரூபாய் - 5.62 கிராம்.

5 ரூபாய் - 6.00 கிராம்.

10 ரூபாய் - 9.00 கிராம்.

பழைய மகாபலிபுரம் ரோட்டில் இடதுகைப் பக்கமாய் பிரிந்த ரோட்டில் ஒரு கிலோமீட்டர் தூரம் பயணம் செய்தபின் திடும்மென்று நிறைய கட்டிடங்களோடு பார்வைக்குக் கிடைத்தது மஹாவீர் அவென்யூ.

விவேக் தன் காரை ஏழாவது குறுக்குத்தெருவில் நுழைத்து வீட்டைக் கண்டுபிடித்து அதற்கு முன்பாய் நிறுத்தினான். வீடு தென்னை மரங்களால் சூழப்பட்டு குளுமையான நிழலுக்குள் சிக்கியிருந்தது.

விவேக், விஷ்ணு, இருவரும் காரைவிட்டு இறங்கி, காம்பௌண்ட் கேட்டைத் திறந்துகொண்டு உள்ளே போனார்கள். வரிசையாய் வைக்கப்பட்டு இருந்த மண்

தொட்டிகளில் குரோட்டன்ஸ் இலைகள் பூக்களைப் போல் நிறங்களைக் காட்டின.

விஷ்ணு படிகள் ஏறி காலிங்பெல்லுக்குரிய பட்டன் மேல் கையை வைக்க - உள்ளே பறவைகள் கத்தின.

முப்பது விநாடிகளுக்குப் பிறகு கதவு மெல்லத் திறந்தது. நடுத்தர வயதில் ஒரு அம்மாள் பெரிய குங்குமப் பொட்டோடு பார்வைக்குக் கிடைத்தாள்.

“யார் வேணும்?”

“இங்கே ப்ராணேஷ்?”

“என்னோட பையன்தான்... நீங்க யாரு?”

“போலீஸ்.”

“போ... போ... போலீஸா?”

“எஸ்... ஒரு கேஸ் விஷயமாய் சின்ன என்கொய்ரி. உங்க சன் வீட்ல இருக்காரா...?”

“வீட்லதான் இருக்கான்...” சொன்ன அந்த அம்மாள் பதட்டத்தோடு “ப்ராணேஷ்...!” என்று குரல் கொடுத்துக் கொண்டே உள்ளே போனாள். விவேக், விஷ்ணு இருவரும் பின்தொடர்ந்தார்கள்.

ஹால் சோபாவில் உட்கார்ந்து டி.வியில் கிரிக்கெட் ஹைலைட்ஸ் பார்த்துக் கொண்டிருந்த அந்த இளைஞன் திரும்பினான். நெற்றியில் ஒரு பேண்டேஜும், இடதுகை முழுவதும் மாவுக்கட்டும் தெரிந்தது.

“ப்ராணேஷ்...! இவங்க போலீஸாம். உன்னைப் பார்க்க வந்திருக்காங்க.”

தலைகொள்ளாத சுருட்டை முடியோடு இருந்த அந்த ப்ராணேஷ் விவேக்கையும் விஷ்ணுவையும் ஏறிட்டு “எஸ்...!” என்றான்.

“உங்ககிட்டே பேசணும்.”

"ப்ளீஸ்..." தனக்கு எதிரில் இருந்த சோஃபாவைக் காட்டினான். உட்கார்ந்தார்கள்.

"சொல்லுங்க ஸார்... என்ன விஷயம்?"

"உங்க செல்ஃபோனுக்கு என்னாச்சு...?"

"நேத்து நான் பைக்ல போகும்போது ஒரு ஆக்ஸிடெண்ட். நாய் ஒண்ணு குறுக்கே வந்ததால சடன் பிரேக் போட்டேன். பைக் ஸ்கிட்டாகி கீழே விழுந்து கையில சின்ன ஃப்ராக்சர். நெத்தியில அடி. பாக்கெட்ல வெச்சிருந்த செல்ஃபோன் ரோட்டோரத்துல இருந்த சாக்கடைக்குள்ள விழுந்து ரிப்பேராயிடுச்சு... சர்வீஸுக்குக் கொடுத்திருக்கேன். என்ன விஷயம் ஸார்?"

"உங்களுக்குப் பூஜ்யாவைத் தெரியுமா...?"

"தெரியும்..."

"எப்படித் தெரியும்...? உங்களுக்குள்ளே எது மாதிரியான பழக்கம்?"

"மொதல்ல நண்பர்களாப் பழகிட்டு இருந்தோம். அப்புறம் ஒருத்தரையொருத்தர் விரும்பிக் காதலர்கள் ஆயிட்டோம்."

"உங்களுக்கு இப்படியொரு ஆக்ஸிடெண்ட் ஆனது பூஜ்யாவுக்குத் தெரியுமா...?"

"தெரியாது..."

"நீங்க தெரியப்படுத்தலையா?"

"இல்லை..."

"ஏன்...?"

"அது... வந்து..."

"ஏன் தயங்கறீங்க... சொல்லுங்க... உங்களுக்கு ஆக்ஸிடெண்ட் ஆனதை பூஜ்யாவுக்கு ஏன் தெரியப்படுத்தலை?"

"அது வந்து... எங்களுக்குள்ளே ஒரு போட்டி. ரெண்டு வார காலத்துக்கு ஒருத்தரையொருத்தர் பார்க்காமே இருக்கணும். ஃபோனும் செய்யக்கூடாது. யார் முதல்ல ஃபோன் பண்றாங்களோ அவங்க தோல்வியை ஒத்துக்கிட்டு ட்ரீட் தரணும். இதுதான் போட்டி. போட்டி முடிய இன்னமும் ஒரு வாரம் இருக்கு... பிடிவாதமாய் பூஜ்யா ஃபோன் பண்ணலை. நான்தான் மனசு கேக்காம ஃபோன் பண்ணிப் பேசினேன். ஆனாலும் ஆக்ஸிடெண்ட் ஆனதைப் பத்தி எதுவும் சொல்லலை. இப்ப நீங்க ஏதோ என்கொய்ரிக்கு வந்திருக்கிறதைப் பார்த்தா பூஜ்யாவுக்குப் பிரச்சனைன்னு நினைக்கிறேன்..."

"அது பிரச்சனை இல்லை ஒரு விபரீதம்... பூஜ்யா இப்போ எங்கே இருக்கான்னு உங்களுக்குத் தெரியுமா ப்ராணேஷ்?"

"தெரியாது..."

"அவ இப்போ ஒயிட் லோட்டஸ் ஹாஸ்பிட்டல்ல இருக்கா."

ப்ராணேஷ் கலவரமாய் நிமிர்ந்தான்.

"பூஜ்யாக்கு என்னாச்சு...?" கிட்டதட்ட அலறினான்.

"அவ இப்போ அநியூரிஸ் பேஷண்ட். மூளையைச் சுத்தியிருக்கற ரத்தநாளங்களில் வீக்கம். உடனடியாய் ஒரு ஆப்ரேஷன் பண்ணவேண்டிய கட்டாயம். டாக்டர் ஹரிபிரசாத் அதற்கான ஏற்பாடுகளைப் பண்ணிட்டு இருக்கார். இது மட்டுமே பிரச்சனையாய் இருந்திருந்தா நாங்க உங்களைத் தேடி வந்திருக்க மாட்டோம்."

"அப்படீன்னா... வேற என்ன பிரச்சனை?"

"விஷ்ணு...!"

"பாஸ்..."

"ப்ராணேஷுக்கு பூஜ்யாவின் செல்ஃபோன்ல இருந்த போட்டோக்களைக் காட்டு..."

விஷ்ணு செல்ஃபோன் காமிராவை எடுத்து உயிர்ப்பித்து அந்தப் படங்களைக் காட்ட ப்ராணேஷின் முகத்தில் திகில் பரவியது.

"எ... எ... என்ன ஸார்... இது... ஏதோ ஆடு, மாடு தலைகளை வெட்டற மாதிரி மூணு பொண்ணுங்களோட தலைகளை வெட்டிக் கண்ணாடி ஜாடிக்குள்ளே போட்டு ஏதோ ஒரு திரவத்தில் மிதக்கவிட்டு இருக்காங்க... இவங்க யார் ஸார்...? இது மாதிரியான பயங்கர போட்டோஸ் பூஜ்யாவோட செல்ஃபோனுக்கு எப்படி வந்தது...?"

விவேக் புன்னகைத்தான். "இப்ப நீங்க கேட்ட எல்லாக் கேள்விகளுக்கும் நீங்கதான் பதில் சொல்லணும். ஏன்னா இப்ப இருக்கிற நிலைமையில பூஜ்யாவுக்கு நெருக்கமான நபர் நீங்க மட்டுமே!"

"ஸார்... யூ ஆர் கரெக்ட்... நாங்க ரெண்டு பேரும் சந்திக்கும்போதெல்லாம் அரசியல், சினிமா உட்பட எல்லா விஷயங்களைப் பத்தியும் பேசுவோம். பூஜ்யாவோட செல்ஃபோனுக்குள்ளே இப்படியொரு பயங்கரம் இருக்கிற விஷயம் எனக்குத் தெரியாது. இது அவளுக்கே தெரியுமான்னும் எனக்குத் தெரியாது. இந்தப் போட்டோஸை வேற யாராவது பூஜ்யாவின் செல்ஃபோனுக்கு ஃபார்வேர்ட் பண்ணியிருக்கலாம்."

"நோ... ப்ராணேஷ்...! அதையும் செக் பண்ணிப் பார்த்துட்டோம். சைபர் க்ரைம்ல இருக்கிற செல்ஃபோன் டெக்னாலஜி எக்ஸ்பர்ட் ஸ்டேட்மெண்ட்படி பூஜ்யா தன் செல்ஃபோன் கேமிராவைப் பயன்படுத்தித்தான் அந்தப் பயங்கரமான போட்டோக்களை எடுத்திருக்கிறா. அந்த போட்டோக்கள் எந்த ஒரு நபராலும் ப்ளூடூத் மூலமாவோ வேற சாதனங்கள் மூலமாவோ பூஜ்யாவுக்கு அனுப்பப்படலை. இப்ப எங்களுக்கு இருக்கிற ஒரே சந்தேகம் - பூஜ்யா எங்கே, எந்த இடத்துக்குப் போய் இப்படிப்பட்ட போட்டோக்களை எடுத்து வந்திருக்கிறாங்கறதுதான்."

அதுவரைக்கும் ஒன்றும் பேசாமல் மௌனமாய் தள்ளி நின்று வேடிக்கைப் பார்த்துக் கொண்டிருந்த ப்ராணேஷின் அம்மா தவிப்போடு பக்கத்தில் வந்தாள். "அவனே ஒரு ஆக்ஸிடெண்ட்டில் சிக்கி உடம்புக்கு முடியாமே இருக்கான். அவனை ஏன் ஸார் விசாரணைங்கிற பேர்ல டார்ச்சர் பண்றீங்க? அவன்தான் எதுவும் தெரியாதுன்னு சொல்றானே...!"

"இதோ பாருங்கம்மா... இது ஒரு சாதாரண பிரச்சனை கிடையாது. பூஜ்யா இப்போ பேசக்கூடிய நிலைமையில இல்லை. அவளுக்கு ஒரு ஆப்ரேஷன் நடக்க வேண்டியிருக்கு. அப்படி ஆப்ரேஷன் நடந்தாலும் அவ உயிர்பிழைக்க ஒரு சதவீதம் மட்டுமே வாய்ப்பு இருக்கறதா டாக்டர் சொல்லிட்டார். இந்த நிலைமையில பூஜ்யாவோடு நெருக்கமாய் இருந்த ஒரே ஒரு நபர் உங்க மகன் ப்ராணேஷ் மட்டுமே. ப்ராணேஷ் ஏதாவது க்ளூ கொடுத்தாத்தான் இந்தக் கேஸை மேற்கொண்டு நான் மூவ் பண்ணமுடியும்."

"அவன்தான் தனக்கு எதுவும் தெரியாதுன்னு சொல்றானே!"

விவேக் சிரித்தான். "ஆரம்பத்துல அப்படித்தான் தெரியாது தெரியாதுன்னு சொல்லுவாங்கம்மா... பேசப்பேச ஏதாவது ஒரு விஷயம் அவங்களையும் அறியாம வெளியே வந்துடும்."

"ப்ராணேஷ் ரொம்பவும் டயர்டாய் இருக்கான். என்கொய்ரியை சீக்கிரமாய் முடிச்சுக்குங்க ஸார்.. பிளீஸ்."

விவேக் ப்ராணேஷிடம் திரும்பினான். அவன் முகத்தையே உன்னிப்பாய்ப் பார்த்தபடி கேட்டான்.

"நீங்க பூஜ்யா வீட்டுக்குப் போயிருக்கீங்களா?"

"இல்ல ஸார்..."

"பூஜ்யாவுக்குத் தாஜ்மஹால் பிடிக்குமா?"

"தாஜ்மஹாலை யாருக்குத்தான் பிடிக்காது?"

"அவளுக்குப் பிடிக்கலையே...!"

"எப்படி ஸாரி சொல்றீங்க?"

"வீட்டில் இருந்த தாஜ்மஹால் ஓவியத்தைக் கீழே எடுத்துப் போட்டு உடைச்சிருக்காளே...?"

"ஏன்...?"

"பூஜ்யாவைப் பத்தின புதிரான கேள்விகளில் இதுவும் ஒண்ணு... தாஜ்மஹால் அவளுக்குப் பிடிச்சிருந்த காரணத்தினாலேயே வீட்ல மாட்டியிருந்தா... அப்புறம் அதை ஏன் உடைச்சா...?"

"பூஜ்யாவோட ஃபாதர்கிட்டே அதைப்பத்தி கேட்டீங்களா?"

"கேட்டேன்... அவராலேயும் இந்தக் கேள்விக்குச் சரியான பதில் சொல்ல முடியலை. பூஜ்யா காலேஜிலிருந்து வந்ததிலிருந்து ரொம்பவும் டல்லாவே இருந்திருக்கா. அதுக்கப்புறம் ராத்திரியில் வெறிபிடிச்சவ மாதிரி கத்தி ஆர்ப்பாட்டம் பண்ணி தாஜ்மஹால் படத்தைப் போட்டு உடைச்சிருக்கா..."

"அப்படீன்னா காலேஜ்ல நடந்த ஏதோ ஒரு சம்பவம் பூஜ்யாவோட மனசைப் பாதிச்சிருக்கு ஸார்."

"எஸ்...! அது என்னன்னு தெரிஞ்சுக்கிறதுக்காக அவ படிக்கிற காலேஜ்ல போய் விசாரிச்சோம். பூஜ்யாவோட க்ளாஸ்மேட்ஸ் - எல்லாருமே பூஜ்யா காலேஜ் முடியிறவரைக்கும் ஹேப்பியான மூட்லதான் இருந்தா. காலேஜ் கேண்ட்டீன்ல ஐஸ்க்ரீம் சாப்பிட்டுட்டுத்தான் வீட்டுக்குக் கிளம்பினானு சொன்னாங்க. ஸோ காலேஜுக்கு வெளியேதான் ஏதோ ஒரு விபரீதம் நடந்திருக்கு. காலேஜை விட்டு வெளியே வந்த பூஜ்யா நேரா வீட்டுக்குப் போகாமே வேற எங்கேயோ - யாரையோ பார்க்கப் போயிருக்கா. போன இடத்துலதான் கண்ணாடிக் குடுவைகளில் இருந்த தலைகளைப் பார்த்திருக்கணும். அதைப்பத்தி போலீஸில்

இன்ஃபார்ம் பண்றதுக்காக அந்தத் தலைகளைத் தன் செல்ஃபோன் கேமிராவால போட்டோ எடுத்திருக்கணும். அதுக்கப்பறம் போலீஸுக்குப் போகப் பயப்பட்டு - மன உளைச்சல் ஏற்பட்டு வீட்டுக்கு வந்திருக்கணும்.”

விஷ்ணு குறுக்கிட்டான்.

“உங்க பாயிண்ட் ஆஃப் வியூஸ் எல்லாம் ஓ.கே பாஸ். பட் அந்த தாஜ்மஹால் படத்தைப் போட்டு ஏன் உடைக்கணும்...? அந்தக் கேள்விக்கு விடை தெரியலையே பாஸ்?”

விவேக், விஷ்ணுவின் கேள்விக்குப் பதில் சொல்லும் முன்பு அவனுடைய செல்ஃபோன் ரிங்டோனை வெளியிட்டது. எடுத்து அழைப்பது யார் என்று பார்த்தான்.

போலீஸ் கமிஷனர் - குருராஜன்.

“ஸார்...”

“விவேக்...! நீங்க இப்போ எங்கே இருக்கீங்க...?”

“பழைய மகாபலிபுரம் ரோட்ல - பூஜ்யாவோட விவகாரம் சம்பந்தமாய் ஒரு என்கொய்ரி ஸார்.”

“நீங்க உடனே புறப்பட்டு என்னோட ஆபீஸ் வாங்க.”

“எனிதிங்க் இம்பார்ட்டண்ட்?”

“எஸ்...! கண்ணாடிக் குடுவையில் மிதந்த அந்த மூணு பெண்களின் தலைகளில் ஒரு பொண்ணு யாருங்கிற விவரம் தெரிஞ்சிருச்சு.”

“இதோ! புறப்பட்டேன் ஸார்.”

விவேக் எழுந்தான்.

# 10

ஒரு கற்பனை:

கேள்வி: பெண்கள் இல்லாவிட்டால் இந்த உலகம் எப்படி இருக்கும்?

பதில்: பார்க் காலியாக இருக்கும். போலீஸ் ஓய்வில் இருப்பார்கள். மொபைல் கம்பெனிகள் நஷ்டத்தில், ஓடும். நோ எஸ்எம்எஸ். நோ வாழ்த்து அட்டைகள். தியேட்டர்கள் காலி. மாணவர்களுக்கு அரியர்ஸ் இருக்காது. அரசாங்கம் டாஸ்மாக் கடைகளை மூடிவிடும். எல்லா மாணவர்களும் தேர்வில் State Rank வாங்குவார்கள்.

"யார் ஸார் அந்தப் பொண்ணு?"

போலீஸ் கமிஷனர் குருராஜனுக்கு முன்பாய் விவேக், விஷ்ணு இருவரும் உட்கார்ந்திருந்தார்கள்.

கமிஷனர் தன் மேஜையின்மீது வைத்திருந்த ஒரு போட்டோவை எடுத்து நீட்டினார்.

"ஷி ஈஸ் வர்ஷினி... கர்நாடகால இருக்கிற சிக்மகளூரைச் சேர்ந்த பொண்ணு. தொழில்: விளம்பர மாடல். ஒரு மாச காலமா இந்தப் பொண்ணைக் காணோம்னு இவளோட பேரண்ட்ஸ் தேடிட்டு இருக்காங்க. சிக்மகளூர் போலீஸ் ஸ்டேஷன்ல ஒரு புகாரும் பதிவு செய்யப்பட்டு இருக்கு.."

விவேக் அந்தப் போட்டோவை வாங்கிப் பார்த்தான். சிவப்பு வண்ண சுடிதாரில் சிரித்தபடி கேமிராவைப் பார்த்திருந்தாள் வர்ஷினி.

“இந்தப் பொண்ணோட பேரண்ட்ஸ்?”

“பக்கத்து அறையில இருக்காங்க...”

“ஸார்... வர்ஷினியோட பேரண்ட்ஸ்கிட்டே செல்ஃபோன் கேமிராவில் பதிவாகியிருக்கிற அந்தக் கண்ணாடிக் குடுவைப் போட்டோவைப் பத்திச் சொல்லிட்டீங்களா...?”

“சொல்லிட்டேன்... நான் சொன்னதைக் கேட்டு இடிஞ்சுப் போயிட்டாங்க... ‘உங்க பொண்ணுதானா...? பார்த்து சொல்லுங்கன்’னு போட்டோவைக் காட்டினதும் வர்ஷினியோட மதர் மயக்கமே போட்டு விழுந்துட்டாங்க. டாக்டரை வரவழைச்சு ட்ரீட்மெண்ட் கொடுத்து ஆசுவாசப்படுத்தி இருக்கேன்... மிஸ்டர் விவேக்...”

“அவங்களை இப்ப என்கொய்ரி பண்ணினா பேசக்கூடிய நிலைமையில் இருக்காங்களா...?”

“வர்ஷினியோட அப்பா அதிர்ச்சியிலிருந்து மீண்டுட்டார். பேர் சுதாகர். தமிழ்நாட்டுக்காரர்தான். கன்னடப் பொண்ணைக் கல்யாணம் பண்ணிகிட்டு சிக்மகளூர்ல விவசாயம் பார்த்துட்டு செட்டிலாயிட்டார். வாங்க அவரைப் பார்க்கலாம்.”

எழுந்தார்கள்.

“மத்த ரெண்டு பொண்ணுங்களோட போட்டோஸைக் காட்டினீங்களா ஸார்...?”

“காட்டினேன்...! அது யாருன்னு அவங்களுக்குத் தெரியலை...”

வராந்தாவில் நடந்து பக்கத்து அறைக்குள் நுழைந்தார்கள். அழுது அழுது களைத்து வற்றிப்போன முகங்களோடு தெரிந்த அந்த நடுத்தர வயது தம்பதிகள் புதிதாய் பீறிட்ட கண்ணீரோடு நடுக்கமாய் எழுந்து நின்றார்கள்.

விவேக், அந்த நபர் சுதாகரை நெருங்கிப் பரிவோடு தோள் மீது கையை வைத்தான்.

“நடந்த சம்பவம் விபரீதமானது. நினைச்சே பார்க்க முடியாத அளவுக்குக் கொடுமையானது. வர்ஷினி இந்த அளவுக்குக் கொடூரமாய்க் கொலை செய்யப்பட என்ன காரணம்...?”

சுதாகர் கண்களில் நீர் சிதறத் தலையாட்டினார்.

“தெரியலை ஸார்...”

“ஏதாவது காதல் விவகாரமா...?”

“இல்ல ஸார்... வர்ஷினி இதே சென்னையில்தான் தன்னோட படிப்பை முடிச்சா.”

“எந்தக் காலேஜ்...?”

“தூய லிட்டில் ஃப்ளவர் என்ஜினீயரிங் காலேஜில் எம். சி.ஏ படிச்சா...”

“எப்போ?”

“ஆறுமாசத்துக்கு முந்தி...”

“ஹாஸ்டலில் ஸ்டே பண்ணியிருந்தாளா?”

“ஆமா...! படிப்பை முடிச்சதும் வேலைக்கு ட்ரை பண்ணினா... கிடைக்கலை. எம்பொண்ணு அழகா இருந்ததாலே விளம்பரப் படங்கள்ல நடிக்கக் கூப்பிட்டாங்க. மூணு விளம்பரப் படங்கள்ல நடிச்சா. ஒண்ணு மட்டும் வெளியே வந்தது. அதுவும் வட நாட்ல.”

“எந்த விளம்பரக் கம்பெனி?”

சுதாகர் சில விநாடிகள் யோசித்துவிட்டுச் சொன்னார்.

“பிங்க் டாட் அட்வர்டைஸர்ஸ்.”

போலீஸ் கமிஷனர் குருராஜன் திடுக்கிட்டார். “என்ன சொன்னீங்க... பிங்க் டாட் அட்வர்டைஸர்ஸா...?”

“ஆமா...”

கமிஷனர் விவேக்கை ஏறிட்டார். "ஒரு நிமிஷம்! நாம அப்படிப் போய் பேசலாமா... விவேக்...?"

"ப்ளீஸ் ஸார்...! விஷ்ணு! நீ இவர்கிட்டே என்கொய்ரியை கண்ட்டினியூ பண்ணு..."

கமிஷனரும் விவேக்கும் அறையைவிட்டு வெளியே வந்து வராந்தாவில் நடந்து ஜன்னலுக்குப் பக்கத்தில் வந்து நின்று கொண்டார்கள்.

"சொல்லுங்க ஸார்..."

"விவேக்...! சுதாகர் சொன்ன அந்த பிங்க் டாட் அட்வர்டைஸர்ஸ் கம்பெனியைப் பத்தி எனக்கு ஏற்கெனவே ஒரு புகார் வந்தது. அந்தப் புகார்ல கம்பெனியோட எம்.டி சத்யானந்தம் 'அட்வர்டைஸிங்'கிற பேர்ல பல நிழல்தனமான காரியங்களைப் பண்ணிட்டு வர்றதாகவும், அதை காவல்துறையில் இருக்கிற சிலர் கண்டும் காணாம இருக்கிறதாகவும், போலீஸ் கமிஷனர் பதவியில இருக்கற நீங்க உரிய நேரத்தில் சரியான நடவடிக்கைகள் எடுக்காத பட்சத்தில் சட்டத்தையும் நீதியையும் பதம் பார்க்கும் வகையில் மோசமான விளைவுகள் எதிர்காலத்தில் ஏற்படலாம்ன்னும் வார்ன் பண்ணியிருந்தாங்க..."

"புகார் அனுப்புனது யார் ஸார்?"

"அந்தப் புகாரில் கையெழுத்தோ அட்ரஸோ எதுவும் இல்லை. அது ஒரு மொட்டைக் கடிதமாய் இருந்தாலும் உண்மையைக் கண்டுபிடிக்க நான் சில ஏற்பாடுகளைச் செஞ்சிருந்தேன். ஒரு ஏற்பாடு: சபரின்னு ஒரு பையனை அந்தக் கம்பெனியில் வேலைக்குச் சேர்த்திருக்கேன். சபரி, போலீஸ் டிபார்ட்மெண்ட் ஷேடோ ஸ்க்வாட் பிரிவில் புதுசா வேலைக்குச் சேர்ந்த இளைஞன். இன்னொரு ஏற்பாடு எனக்குத் தெரிஞ்ச ஒரு பொண்ணு. பேர் சூர்யகாந்தி. நடனக்கலையில் ஆர்வமுள்ளவ. அவளை பிங்க் டாட் அட்வர்டைஸர்ஸ்ல விளம்பர மாடலா நடிக்க வெச்சு அதன் மூலமா கம்பெனியை வேவு பார்க்கச் சொல்லியிருக்கேன்."

"நீங்க சொன்ன சபரி, சூர்யகாந்திகிட்ட இருந்து ஏதாவது தகவல் - சந்தேகப்படும்படியா - வந்ததா ஸார்?"

"இதுவரைக்கும் இல்லை. சூர்யகாந்தியை ஒரு டீத்தூள் விளம்பரத்துல நடிக்க வைக்கிறதற்காக - அடுத்த வாரம் ஆக்ரா கூட்டிட்டுபோய் தாஜ்மஹாலோட பின்னணியில் விளம்பரப்படம் எடுக்கப் போறாங்களாம். சூர்யகாந்திக்கு அந்தக் கம்பெனி போட்டுக் கொடுத்த ஒப்பந்தப் பத்திரத்தில் ஏகப்பட்ட கண்டிஷன்ஸ். அந்தக் கண்டிஷன்யெல்லாம் படிச்சுப் பார்க்கறப்ப என்னோட மனசுக்குக் கொஞ்சம் நெருடலாய்ப்பட்டது. தலை துண்டிக்கப்பட்டுக் கொலை செய்யப்பட்ட வர்ஷினியும் இந்த விளம்பரக் கம்பெனியில் ஏட் பண்ணியிருக்கா."

"ஸார்...! எனக்கு ஒரு சின்ன நெருடல்."

"என்ன...?"

"சூர்யகாந்தி, தாஜ்மஹாலோட பின்னணியில் ஒரு டீத்தூள் விளம்பரம் பண்ணப்போறதா சொன்னீங்க...! அந்த பின்னணியில் அப்படியொரு விளம்பரத்தை எடுக்க வேண்டிய அவசியம் என்ன...?"

"எந்த ஒரு விளம்பர மாடலையும் முதல் தடவையாய் அறிமுகம் பண்ணும்போது தாஜ்மஹால் பேக்ரவுண்ட்ல எடுக்கறது அவங்களோட சென்டிமெண்ட்டாம்."

விவேக் தன் தாடையைத் தடவிக்கொண்டு தீவிரமாய் சிந்தனைவசப்பட, கமிஷனர் குறுக்கிட்டார்.

"என்ன விவேக்... என்ன யோசனை?"

"ஸார்... பூஜ்யா விவகாரத்திலும் ஒரு தாஜ்மஹால் மேட்டர் வருது. அதாவது பூஜ்யா தன்னோட வீட்ல பிரியமாய் மாட்டி வெச்சிருந்த தாஜ்மஹால் படத்தைக் கீழே போட்டு உடைச்சிருக்கா. அதுக்கு என்ன காரணம்னு தெரியலை. இதுல என்னோட யூகம், பூஜ்யாவோட விவகாரத்துக்கும், வர்ஷினி கொலை செய்யப்பட்டதுக்கும் ஏதோ சம்பந்தம் இருக்குங்கிறதுதான்..."

“யூ மே பி கரெக்ட் விவேக்...! இந்த விஷயத்தில் உங்களுடைய அடுத்த மூவ் என்ன?”

“ஸார்... அந்த பிங்க் டாட் அட்வர்டைசர்ஸ் கம்பெனியோட எம்.டி சத்யானந்தத்தை இனிமே நான் ஹேண்டில் பண்ணிக்கிறேன். அது தவிர...” விவேக் பேச்சை முடிக்கும் முன்பு கமிஷனரின் செல்ஃபோன் ரிங்டோனை இசைத்தது.

எடுத்து காதுக்கு ஒற்றினார். கண்ட்ரோல் ரூமிலிருந்து சி.ஓ நூருல்லா பேசினார்.

“ஸார்... திருவனந்தபுரம் போலீஸ் கண்ட்ரோல் ரூமிலிருந்தும் விஜயவாடா போலீஸ் கண்ட்ரோல் ரூமிலிருந்தும் அடுத்தடுத்து ரெண்டு செய்திகள் வந்துருக்கு ஸார்.”

“சொல்லுங்க... நூருல்லா!”

“அந்தக் கண்ணாடிக் குடுவைகளில் இருந்த மத்த ரெண்டு பெண் தலைகளுக்குரியவர்களைப் பத்தின தகவல் ஸார். ஒரு மாசத்துக்கு முன்னாடி திருவனந்தபுரத்திலிருந்து சாலினியும் விஜயவாடாலிருந்து ஜமுனாவும் காணாமப் போயிருக்காங்க ஸார். நாம இப்ப அனுப்பின போட்டோக்களைப் பார்க்கிறவரைக்கும் அந்தந்த ஸ்டேட் போலீஸ் அவங்களைக் கண்டுபிடிக்கத் தீவிர தேடுதல் வேட்டை நடத்தியிருக்காங்க ஸார். இப்போ போட்டோக்களைப் பார்த்ததும் அந்தப் பொண்ணுகளோட பேரண்ட்ஸ்க்கு தகவல் கொடுத்துட்டு அவங்களும் இப்போ வந்திட்டிருக்காங்க ஸார்...”

“மை குட்னஸ்...!!!” - நெற்றியைப் பிடித்துக்கொண்டார் கமிஷனர் குருராஜன்.

# 11

**கனவுகளுக்கும் லட்சியங்களுக்கும் ஒரே ஒரு வித்தியாசம்தான்!**

**கனவுகளுக்குத் தேவை அமைதியான தூக்கம். லட்சியங்களுக்குத் தேவை தூக்கமில்லாத உழைப்பு.**

லேப்டாப்பை உயிர்ப்பித்து மாடலிங் பெண்களின் புகைப்படங்களைப் பார்த்துக்கொண்டிருந்த சத்யானந்தம், அறைக்கதவைத் திறந்துகொண்டு உள்ளே வந்த மானேஜரைப் பார்த்ததும் புருவங்களை உயர்த்தினார்.

"என்ன...?"

"ஸ... ஸார்... உங்களைப் பார்க்க போலீஸ் வந்து இருக்காங்க..."

"போலீஸா...?"

"ஆமா ஸார்... க்ரைம் பிராஞ்ச் ஆபீஸர்ஸ் மிஸ்டர் விவேக் அண்ட் விஷ்ணு."

"என்ன விஷயம்னு கேட்டீங்களா?"

"ஏதோ என்கொய்ரின்னு சொன்னாங்க ஸார்..."

"வரச் சொல்லுங்க... என்ன ஏதுன்னு பேசிடுவோம். பத்து நிமிஷம் கழிச்சு மூணு ஃபில்டர் காப்பி அனுப்பி வையுங்க..." சத்யானந்தம் சொல்லிவிட்டு லேப்டாப்பை மூடினார்.

இரண்டு நிமிடங்களுக்குப் பிறகு விவேக்கும் விஷ்ணுவும் அறைக்குள் நுழைந்தார்கள். "ஸாரி ஃபார் த டிஸ்டர்பன்ஸ்."

சத்யானந்தம் சிரித்தார்.

"ஒரு டிஸ்டர்பன்ஸூம் கிடையாது ஸார்... நீங்க உங்க கடமையைச் செய்ய வரும்போது ஒத்துழைப்புக் கொடுக்க வேண்டியது என்னுடைய கடமை..." சொன்னவர் தனக்கு முன்பாய் இருந்த நாற்காலிகளைக் காட்டி "ப்ளீஸ்" என்றார்.

விவேக், விஷ்ணு உட்கார்ந்தார்கள்.

"சொல்லுங்க... ஸார்... என்ன என்கொய்ரி...?" சத்யானந்தம் சிரிப்போடு கேட்டுக்கொண்டே சாய்ந்து உட்கார்ந்தார்.

விவேக் அவரையே உன்னிப்பாய்ப் பார்த்தபடி கேட்டான். "விளம்பர மாடலா இருந்த வர்ஷினியை உங்களுக்குத் தெரியுமா?"

"பொதுவாய் ஒரு பேரைச் சொல்லி இப்படிக் கேட்டா எப்படி ஸார்...! இந்த விளம்பரக் கம்பெனியில எத்தனையோ பேர் விளம்பர மாடலாய் இருக்காங்க... எல்லார் பேரையும் என்னால ஞாபகத்துல வெச்சுக்க முடியுமா? பொண்ணோட போட்டோவைக் காட்டுங்க..."

"விஷ்ணு...! ஸார்க்கு வர்ஷினியோட போட்டோவைக் காட்டு..."

விஷ்ணு வர்ஷினியின் போட்டோவை எடுத்துக் காட்ட சத்யானந்தம் வாங்கிப் பார்த்துவிட்டு தலையை ஆட்டினார்.

"இந்தப் பொண்ணா! தெரியும் ஸார்... இந்தப் பொண்ணை வெச்சு மூணு விளம்பரப்படம் எடுத்தோம். ஒரே ஒரு படம்தான் மார்க்கெட்டுக்கு வந்தது. மத்த ரெண்டு படம் வரலை."

"ஏன்...?"

"வர்ஷினியோட பெர்ஃபாமென்ஸ் சரியில்லைன்னு ப்ராடக்ட் மேனுபேக்சர்ஸ் சொல்லிட்டாங்க. அதுக்கப்புறம் நாங்களும் அதை டி.வி சேனல்களுக்கு டெலிகாஸ்ட் பண்ணக் கொடுக்கலை. பை... த... பை... இப்ப எதுக்காக ஸார் அந்த வர்ஷினியைப் பத்தின என்கொய்ரி...?"

விவேக் சத்யானந்தத்தின் முகத்தை உற்றுப்பார்த்தபடி சொன்னான்.

"அந்த வர்ஷினி இப்போ உயிரோட இல்லை..."

"ஈஸிட்...! ஏன்... என்னாச்சு...?"

"மர்டர்..."

சத்யானந்தத்தின் முகம் இருட்டுக்குப் போயிற்று.

"எ... எ... எப்படி ஸார்...? யார்... எதுக்காக...?"

"தெரியலை... அதைப்பத்தின இன்வெஸ்டிகேஷன்தான் இது...! விஷ்ணு...!"

"பாஸ்..."

"அந்தக் கண்ணாடிக் குடுவை போட்டோவை ஸார்க்குக் காட்டு..."

விஷ்ணு அந்தப் போட்டோவை எடுத்துக் காட்ட சத்யானந்தத்தின் முகம் அந்த ஏ.ஸி அறையிலும் முத்துமுத்தாய் வியர்த்து அவரை கர்ச்சீப்பை எடுக்க வைத்தது.

"எ... எ... என்ன ஸார் இது... இவ்வளவு கொடூரமாய்... சை...!" போட்டோவைப் பார்க்கப் பிடிக்காமல் கண்களை மூடிக் கொண்டார் சத்யானந்தம்.

விவேக் பேச்சைத் தொடர்ந்தான்.

"ஸார்...! இந்த வர்ஷினி மட்டும் இப்படிக் கொலை செய்யப்படலை. ஜமுனாவும் சாலினியும் வர்ஷினி மாதிரியே தலை வெட்டப்பட்டு கொலை செய்யப்பட்டு இருக்காங்க. இது சாலினி, இது ஜமுனா..." என்று தன் கையில் வைத்திருந்த

இரண்டு போட்டோக்களைக் காட்டினான் விவேக்... சத்யானந்தம் போட்டோக்களைப் பார்த்து விட்டு பெருமூச்சு விட்டார்.

"இட்ஸ் ஹைலி ஹாரிபிள்...! இப்படி கொடூரமாய்க் கொலை செய்யப்படற அளவுக்கு அந்தப் பொண்ணுங்க பண்ணின குற்றம் என்ன?"

"மிஸ்டர் சத்யானந்தம்...! நான் பல வருஷமாய் எத்தனையோ மர்டர் கேஸ்களை டீல் பண்ணியிருக்கேன். எந்த ஒரு டெட்பாடியையும் பார்த்து நான் அதிர்ந்து போனதில்லை. ஆனா கண்ணாடிக் குடுவைகளுக்குள் மிதக்கிற அந்த மூணு பொண்ணுங்க தலைகளைப் பார்த்ததும் அதிர்ச்சியில ஒரு சில விநாடிகள் என்னோட இதயம் துடிக்க மறந்திருச்சு. இப்படியொரு படுபாதகமான காரியத்தைப் பண்ணின கொலையாளியை நடுரோட்டில் நிறுத்தி ஏ.கே 47 துப்பாக்கியை உபயோகப்படுத்தி தோட்டாக்கள் தீர்ற வரைக்கும் சுட்டுத் தள்ளணும் போல ஒரு வெறி எனக்குள்ள ஏற்பட்டுச்சு. அதனாலயே இந்தக் கேஸை முழுவேகத்தோட இன்வெஸ்டிகேட் பண்ணிட்டிருக்கேன். இதுக்கு நீங்க முழு ஒத்துழைப்பு கொடுக்கணும்."

"என்கிட்டயிருந்து நீங்க எது மாதிரியான ஒத்துழைப்பை எதிர்பார்க்கறீங்க?"

"சாலினி, ஜமுனா – இவங்களை உங்களுக்குத் தெரியுமா?"

"தெரியாது... எனக்கு வர்ஷினியை மட்டும்தான் தெரியும். மத்த ரெண்டு பேரையும் எனக்குத் தெரியாது."

"சரி...! வர்ஷினியை நீங்க எத்தனை தடவை பார்த்திருப்பீங்க...?"

"ஒரு நாலைஞ்சு தடவை..."

"அவ இங்கே வரும்போது தனியே வருவாளா, இல்லை யாரையாவது கூட்டிட்டு வருவாளா...?"

“தனியாத்தான் வந்திருக்கா...” என்று சொன்ன சத்யானந்தம் சட்டென்று பேச்சை நிறுத்தி, “எனக்கு ஒரு இன்ஸிடெண்ட் ஞாபகத்துக்கு வருது” என்றார்.

“சொல்லுங்க...”

“வர்ஷினி ஒரு தடவை விளம்பரப் படத்துல நடிக்கிறது சம்பந்தமாய்ப் பேசிட்டு வெளியே போனப்ப நான் எதேச்சையா ஜன்னலுக்குப் பக்கத்துல போய் கர்ட்டனை விலக்கி ரோட்டைப் பார்த்தப்ப வர்ஷினி பஸ் ஸ்டாப்ல நின்னு ஒரு பையனோட பேசிட்டிருந்தா. அவன் பார்க்கிறதுக்கு அவ்வளவு டீஸண்ட்டா இல்லை. ஏறக்குறைய ஒரு ரௌடி மாதிரி இருந்தான். ரெண்டு பேரும் பேசிட்டு இருக்கும்போதே பஸ் வந்தது. வர்ஷினி ஓடிப்போய் பஸ்ல ஏறிட்டா.”

“அவன் எப்படியிருந்தான்னு உங்களால இப்ப சொல்ல முடியுமா...?”

“முகம் ஞாபகத்துக்கு வரலை... பட் ஆள் அவ்வளவு டீஸண்ட்டாய் இல்லை “

“ஓ.கே...! உங்களுக்குப் பூஜ்யாவைத் தெரியுமா...?”

“இப்படியொரு பேரையே இன்னிக்குத்தான் கேள்விப் படறேன்...”

“அவளோட அப்பா பேரு ராமமூர்த்தி, பேங்க்ல ஒர்க் பண்றார்.”

“ஸாரி... யார்ன்னு தெரியலை...!” சத்யானந்தம் சொல்லிக் கொண்டு இருக்கும்போதே அவருடைய செல்போன் அழைத்தது.

எடுத்து “ஹலோ” என்றார்.

மறுமுனையில் பொன்ராஜ் பேசினார்.

“என்ன சத்யானந்தம்...! நம்ம ஆபீஸுக்குப் போலீஸ் என்கொய்ரி பண்ண வந்திருக்காங்களாமே?”

“நான் அப்புறமா பேசறேன்...!” செல்ஃபோனை அணைத்தார் சத்யானந்தம்.

# 12

**பாலும் நல்ல பாக்டீரியாக்களும் கலந்த ஒன்றுதான் தயிர். இதில் இருக்கும் பாக்டீரியாக்கள் உடம்பை ஆரோக்கியமாய் வைத்திருக்க உதவுகின்றன. தயிரில் இருக்கும் ஊட்டச்சத்துக்களுக்குத் தனியாய் ஒரு லிஸ்டே போடலாம். புரோட்டீன், அயோடின், கால்ஸியம், பாஸ்பரஸ், வைட்டமின்கள் B2, B5, B12, பொட்டாசியம், மாலிப்டினம், ஜிங்க் என்று சொல்லிக்கொண்டே போகலாம். தினசரி உணவில் தயிரைச் சேர்த்துக் கொண்டால் நோய் எதிர்ப்புத்தன்மை அதிகரிக்கும்.**

விவேக் 'யெல்லோ பேஜ்' டெலிபோன் டைரக்டரியில் எதையோ தேடிக்கொண்டிருக்க மெதுபக்கோடாவைச் சாப்பிட்டு அதே மூச்சில் டீ குடித்துக் கொண்டிருந்த விஷ்ணுவுக்கு எதிரே வந்து உட்கார்ந்தாள் ரூபலா.

"விஷ்ணு!"

"சொல்லுங்க மேடம்..."

"இன்னிக்கு நீ போட்டிருக்கிற ட்ரஸ் சூப்பர்."

"தேங்க்ஸ் மேடம்."

"உன்னோட ஹேர்கட்டும் ஸ்டைலாய் இருக்கு."

"தேங்க்யூ மேடம்."

"முன்னைக்கு இப்போ கொஞ்சம் ஸ்லிம்மாவும் தெரியறே."

"தேங்க் யூ மேடம்."

"அப்புறமும் ஏன்டா அசிங்கமாய் இருக்கே?"

டீ சாப்பிடுவதை நிறுத்திய விஷ்ணு ரூபலாவை முறைத்தான்.

"பாருங்க பாஸ்... மேடத்தை!"

"விஷ்ணு ! கிளம்பு... அப்பறமா மேடத்துகிட்டே வந்து சண்டையைப் போட்டுக்கலாம்..." விவேக் டெலிஃபோன் டைரக்டரியை மூடிவிட்டு எழுந்தான்.

"எங்கே பாஸ் போறோம்?"

"வா... சொல்றேன்!" விவேக், ரூபலாவிடம் கண்ணசைவால் விடைபெற்றுக் கொண்டு போர்டிகோவில் நின்றிருந்த காருக்கு வந்தான்.

புறப்பட்டார்கள். போக்குவரத்தில் சுமார் இருபது நிமிடப் பயணம். நுங்கம்பாக்கத்தில் இருந்த அந்தக் கட்டிடத்துக்கு முன்பாய் கார் போய் நின்றது. விஷ்ணு எட்டிப் பார்த்தான்.

'எல்லோரா ஆர்ட் காலரி' என்ற பித்தளை உலோக கழுத்துக்கள் மாலை வெய்யிலில் பட்டுப் பளபளத்தன.

"பாஸ்...! இங்கே நமக்கு என்ன வேலை?"

"இருக்கு... காரோட பின்சீட்ல இருக்கிற அந்த கேரி பேக்கை எடுத்துக்கோ "

"ஓ.. அதுவா...! புரியுது பாஸ்... இந்த எல்லோரா ஆர்ட் காலரி அட்ரஸைக் கண்டுபிடிக்கத்தான் யெல்லோ பேஜஸைப் புரட்டிகிட்டு இருந்தீங்களா...?" விஷ்ணு அந்த கேரிபேக்கை எடுத்துக்கொள்ள, இருவரும் உள்ளே போனார்கள். கௌண்ட்டரில் ரிசப்ஷனிஸ்ட் புன்னகைத்தாள்.

"எஸ்..."

"இந்த ஆர்ட் காலரியோட கீ-போஸ்ட்ல இருக்கறது மிஸ்டர் மயன்தானே?"

"எஸ்."

“பார்க்கணும்.”

“நீங்க...?”

“போலீஸ்...! க்ரைம் ப்ராஞ்ச்...”

“ஒன் மினிட் ஸார்...” அவள் இண்டர்காம் ரிஸீவரை எடுத்து ஏதோ ரகசியம் பேசுவதுபோல் பேசிவிட்டு விவேக்கை ஏறிட்டாள். “இதே ஹால்ல கடைசி ரூம் ஸார். மிஸ்டர் மயன் ஈஸ் வெயிட்டிங் ஃபார் யூ...”

“தேங்க் யூ...!” விவேக் நகர்ந்துவிட, விஷ்ணு மட்டும் நகராமல் அந்தப் பெண்ணையேப் பார்த்தான். அவள் புன்முறுவல் பூத்தபடி “வாட் கேன் ஐ டூ ஃபார் யூ ஸார்?” என்றாள்.

“ஒண்ணுமில்லை மிஸ்... உங்க காதோரம் ஒரு நரைமுடி தெரியுது. ஹேர் டையைப் பர்ஃபெக்டா யூஸ் பண்ணுங்க. பத்திரமா பார்த்துக்குங்க...”

அவள் தீப்பற்றிக்கொண்ட பார்வையோடு விஷ்ணுவைப் பார்க்க, அவன் நல்ல பிள்ளையாய் விவேக்கைத் தொடர்ந்தான்.

“டேய்... இது உனக்குத் தேவையா?”

“ஏதோ என்னால முடிஞ்ச ஒரு சின்ன சமூகசேவை பாஸ்...!”

ஹாலின் கோடியில் இருந்த கண்ணாடிச் சுவர்களாலான கேபினுக்குள் நுழைந்தார்கள்.

தாடையில் ப்ரெஞ்ச் தாடியைப் பராமரித்து வைத்திருந்த அந்த உயரமான இளைஞன் எழுந்து நின்று கை குலுக்கினான்.

“அயாம் மயன்...”

“வீ ஆர் கம்மிங் ஃப்ரம் க்ரைம் ப்ராஞ்ச்...”

“ப்ளீஸ் டேக் யுவர் சீட்ஸ் ஸார்.”

விவேக் உட்கார்ந்து கொண்டே சொன்னான். “உங்களால ஒரு உதவியாகணும்...”

"சொல்லுங்க ஸார்... என்ன பண்ணணும்?"

விவேக் தன் கையோடு கொண்டு போயிருந்த கேரிபேக்கிலிருந்து இரண்டாய் உடைந்து போயிருந்த - அந்த ஆயில் பெயிண்ட்டிங் செய்யப்பட்ட - தாஜ்மஹால் படத்தை வெளியில் எடுத்தான். அதைப் பத்திரமாய் மேஜையின் மேல் வைத்தபடி மயனை ஏறிட்டான். மெல்ல பேச்சை ஆரம்பித்தான்.

"தமிழ்நாட்டில் இருக்கிற பெரும்பாலான ப்ரொஃபஷனல் ஆர்டிஸ்ட்ஸ் எல்லோருமே அவங்க வரைஞ்ச பெயிண்ட்டிங் ஒர்க்ஸை இங்கே கொண்டு வந்துதானே எக்ஸிபிட் பண்றாங்க?"

"யூ ஆர் கரெக்ட் ஸார்... அவங்க கொண்டு வந்து தர்ற ஆர்ட் ஒர்க்ஸை மதிப்பீடு பண்ணி முறையாய் எக்ஸிபிட் செய்வோம். சிலது உடனே விலைக்குப் போகும். சிலது நாட்களாகும். சில ஒர்க்ஸ் இங்கேயே தங்கிடும்."

"மொத்தம் எத்தனை ஆர்ட்டிஸ்ட் இங்கே வர்றாங்க?"

"இருபதுக்கும் மேற்பட்டவங்க எங்களோட காண்டாக்ட்ஸ் வெச்சிருக்காங்க ஸார்..."

"ஒரு ஓவியத்தைக் காட்டினா அது எந்த ஆர்ட்டிஸ்ட் வரைஞ்சதுன்னு உங்களால சொல்ல முடியுமா...?"

"இட் டிபண்டஸ் ஸார். ட்ரை பண்ணலாம்."

"இந்த தாஜ்மஹால் ஓவியத்தைப் பாருங்க... இந்த ஓவியத்துல வரைஞ்ச ஆர்ட்டிஸ்ட்டோட பேர் இல்லை..."

மயன் அந்த உடைந்த தாஜ்மஹால் ஓவியத்தை ஒன்று சேர்த்து வைத்துவிட்டு சில விநாடிகள் வரை உற்றுப் பார்த்துவிட்டு விவேக்கை ஏறிட்டான்.

"ஸார்... இது ஆர்ட்டிஸ்ட் ஆதிரையோட ஸ்ட்ரோக்ஸ் மாதிரி தெரியுது. ஆதிரை எங்க ஆர்ட் காலரிக்கு ரெகுலராக நிறைய ஆயில் பெயிண்ட் ஒர்க் பண்ணிக் கொடுத்திருக்காங்க. சேல்ஸ் பாயிண்ட்ல பார்த்தாலும் அவங்க பெயிண்ட் நிறைய

விக்கும். இந்தப் படம்கூட எங்களோட ஆர்ட் காலரியிலிருந்து விற்கப்பட்டு இருக்கலாம். அப்படி விற்கப்பட்டு இருந்தா ஈஸியா கண்டுபிடிச்சுடலாம்."

"எப்படி...?"

"ஒரு நிமிஷம் ஸார்..." சொன்ன மயன் தனக்கு முன்பாய் இருந்த இண்ட்டர்காம் ரிஸீவரை எடுத்து "வேல்முருகன்! அந்த இன்ஃப்ரா ரெட் லைட்டரைக் கொண்டாங்க..." என்று சொல்லிவிட்டு காத்திருக்க, வேல்முருகன் அடுத்த சில விநாடிகளில் டார்ச் போன்ற ஒரு கருவியைக் கையில் கொடுத்துவிட்டு அறையிலிருந்து வெளியேறினார்.

மயன் அந்த இன்ஃப்ரா ரெட் லைட்டரின் ஸ்விட்சைத் தட்டி ஓவியத்தின் அடிப்புறத்தில் சிவப்பு ஒளியைப் பாய்ச்சினான். சில எழுத்துக்களும் எண்களும் ஒளிர்ந்தன.

மயன் அதை வாய்விட்டுப் படித்தான்.

*Shadow of Tajmahal - Price Rs. 5000/-*

*Bill No: 07915 Bill Date : 07.09.08*

விவேக் மயனிடம் கேட்டான்.

"அது என்ன ஷேடோ ஆஃப் தாஜ்மஹால்?"

"அது ஓவியத்துக்குக் கொடுக்கப்பட்ட தலைப்பு ஸார். இந்த ஓவியம் எங்க ஆர்ட் காலரியிலிருந்துதான் விற்கப்பட்டிருக்கு. ஓவியத்தில் சிறப்பம்சம் ஒண்ணு இருக்கிறதாலத்தான் இதுக்கு இவ்வளவு விலை."

"அப்படியென்ன சிறப்பம்சம் இந்த ஓவியத்தில் இருக்கு?"

"ஸார்...! இந்த ஓவியத்தோட பேரு 'தாஜ்மஹால் நிழல்.' நிலவோட ஒளியில இருக்கிற மாதிரி வரையப்பட்டு இருக்கிற இந்த ஓவியத்தைச் சுவரில் மாட்டிட்டு நேராய் நின்னுப் பார்த்தா ஓவியத்தில் ஒரு வித்தியாசமும் தெரியாது.

ஆனா இதே ஓவியத்தை நீங்க சாய்வாய் நின்னுப் பார்த்தா தாஜ்மஹாலோட நிழல் பக்கத்தில் ஓடற யமுனா நதியோட நீரோட்டத்தில் தெரியும்."

விவேக் தன் இரண்டு புருவங்களையும் உயர்த்தினான்.

"அது எப்படி... ஒரு ஓவியத்தில் ரெண்டு எஃபெக்ட் தெரியும்...?"

"அதுக்கு ஆர்ட்டிஸ்ட் ஆதிரை உபயோகப்படுத்தற ஒரு வகையான ஃப்ளோரஸண்ட் பெயிண்ட்ஸ்தான் காரணம். இந்த "ஓவியம் இரண்டா உடைஞ்சு போயிருந்தாலும் இதை செல்லோ டேப்பால் ஒட்டி எதிர்சுவரில் மாட்டி வைக்கிறேன். நீங்களே ஓவியத்தில் இருக்கிற அந்த ரெண்டு எஃபெக்ட்ஸையும் பார்க்கலாம்..." சொன்ன மயன் ஒரு ஐந்து நிமிட நேரத்தைச் செலவழித்து இரண்டாய் உடைந்து போயிருந்த அந்த ஓவியத்தை செல்லோ டேப்பால் ஒட்டி எதிர்ப்புறச் சுவரில் மாட்டி வைத்து விவேக்கை ஏறிட்டான்.

"இப்ப... நேரா நின்னு பாருங்க ஸார்."

விவேக் நின்று பார்த்தான்.

"தாஜ்மஹாலோட நிழல், பக்கத்தில ஓடற யமுனா நதியின் நீரோட்டத்தில் தெரியுதா ஸார்?"

"தெரியலை..."

"அப்படிச் சுவரோரமாய் நின்னு பாருங்க ஸார்."

விவேக் சுவரோரத்துக்குப் போய் நின்று ஓவியத்தைச் சாய்வான கோணத்தில் பார்த்தான்.

தாஜ்மஹாலின் நிழல் நதியின் நீரோட்டத்தில் பளபளத்தது.

"ஃபென்டாஸ்டிக் மிஸ்டர் மயன்...! ஆதிரையோட திறமை பாராட்டப்பட வேண்டிய ஒண்ணு. இந்த அற்புதமான ஓவியம் யார்க்கு விற்கப்பட்டதுங்கிற விபரம் உங்களுக்குத் தெரியுமா?"

"பில் புக்கைப் பார்த்தா தெரியும் ஸார். பட்... எதுக்காக இந்த விசாரணைன்னு நான் தெரிஞ்சுக்கலாமா?"

"சொல்றோம்...! மொதல்ல இந்த ஓவியத்தை வாங்கிட்டுப் போன ஆள் யாருன்னு பார்த்துச் சொல்லுங்க."

"ஒரு நிமிஷம் ஸார்...!" சொன்ன மயன் லேப்டாப்பை உயிர்ப்பித்து 7-09-08ல் பதிவான பெயர்களின் பட்டியலைக் கிளிக் செய்து பார்த்துவிட்டு நிமிர்ந்தான்.

"ஸார்...! 'தாஜ்மஹால் நிழல்' ஓவியத்தை வாங்கிட்டுப் போன பொண்ணோட பேரு ஸ்வஸ்திகா."

"அட்ரஸ்...?"

"நெம்பர் 609, புது தில்லை நகர், கேளம்பாக்கம். சென்னை."

"ஃபோன் நெம்பர் கொடுத்து இருக்காங்களா?"

"இல்ல ஸார்..."

"ஓ.கே மிஸ்டர் மயன்... நீங்க நல்லமுறையில ஒத்துழைப்புக் கொடுத்து தகவல்களைச் சொன்னதுக்காக நன்றி. விஷ்ணு...! அந்த தாஜ்மஹால் படத்தைப் பேக் பண்ணி வாங்கிக்க..."

மயன் குறுக்கிட்டான்.

"ஸார்... இந்த என்கொய்ரி எதுக்காகன்னு தெரிஞ்சுக்கலாமா...?"

"ஸாரி மிஸ்டர் மயன்...! ஒரு கேஸோட இன்வெஸ்டிகேஷன்ல இந்த தாஜ்மஹால் படத்துக்கும் இடம் இருந்தது. படத்துக்குரிய நபர் யார்ங்கிறதைத் தெரிஞ்சுக்க ஆசைப்பட்டோம். உங்க மூலமாய் தெரிஞ்சுகிட்டோம். தட்ஸ் ஆல்... இப்போதைக்கு இந்தக் கேஸோட சம்பந்தப்பட்ட விபரங்களை வெளியே சொல்ல முடியாத நிலை... நாங்க வந்ததைப் பத்தியும் யார்க்கும் தெரியவேண்டாம். உங்க ஸ்டாஃப்க்கும் சொல்லிடுங்க."

“இட்ஸ் ஓ.கே... ஸார்... நானும் இதைப் பத்தி வெளியே யார்கிட்டேயும் சொல்லலை.”

“ஒன்ஸ் அகெய்ன் தேங்க்யூ...”

# 13

**100 வருடங்கள் வாழப் பிறக்கும் மனிதன் அழுதுகொண்டே பிறக்கின்றான்.**

**ஆனால்... சிலமணி நேரங்களே வாழும் பூக்கள் சிரித்துக்கொண்டே பிறக்கின்றன.**

**புன்னகையோடு வாழக் கற்றுக் கொள்ளுங்கள்.**

கேளம்பாக்கம் புது தில்லை நகரில் ஸ்வஸ்திகாவின் வீட்டைக் கண்டுபிடித்து விவேக்கும் விஷ்ணுவும் காம்பௌண்ட் கேட்டுக்கு முன்பாய் நின்றபோது மாலைச் சூரியன் மரங்களுக்குப் பின்னால் இருந்தான்.

ஸ்வஸ்திகாவின் வீடு புதுப்பெயிண்ட்டில் குளித்து மேஃப்ளவர் மரத்துக்கு அடியில் பரந்து தெரிந்தது. போர்டிகோவில் இரண்டு கார்கள். ஒரு கார் உபயோகத்தில் இல்லை என்பது அதன்மேல் போர்த்தப்பட்டு இருந்த கேன்வாஸ் படுதாவைப் பார்க்கும்போதே தெரிந்தது.

விவேக்கும் விஷ்ணுவும் போர்டிகோ படிகள் ஏறி அழைப்பு மணிக்கு வேலை கொடுக்க, கதவு உடனே திறந்தது.

வயதான ஒரு நபர் பளீரென்ற வெள்ளை ஜிப்பாவிலும் பைஜாமாவிலும் தெரிந்தார். எழுபது வயது இருக்கலாம். முடி கொட்டிப்போன மண்டை. ஒற்றைநாடி. குபீரென்ற உயரம்.

கண்களில் பவர் ஸ்பெக்ஸ். "உங்களுக்கு யார் வேணும்?" என்று கேட்டபோது குரலில் தளர்ச்சி.

விவேக் கேட்டான்.

"ஸ்வஸ்திகாவோட வீடு இதுதானே?"

"ஆமா..."

"ஸ்வஸ்திகாவைப் பார்க்கணும்..."

"நீங்க?"

"போலீஸ். க்ரைம் ப்ராஞ்ச்..."

"போலீஸ்?"

"எஸ்..."

"ஷோ மீ யுவர் ஐ.டி கார்ட்ஸ்."

விவேக் தன் உத்தியோக அடையாள அட்டையை எடுத்துக் காட்ட பெரியவர் அதை வாங்கிப் பார்த்துவிட்டுத் தன் நெற்றியைச் சுருக்கினார்.

"எதுக்காக ஸ்வஸ்திகாவைப் பார்க்கணும்?"

"ஒரு கேஸ் விஷயமாய் என்கொய்ரி."

"ப்ளீஸ் கம்..." உள்ளே கூட்டிப் போனார். வீடு சுத்தமாய் பாலீஷ்ட் மார்பிளோடு தெரிந்தது. ரோஸ்வுட் சோஃபாக்கள் குஷன் சீட்டுகளோடு தெரிந்தன.

"உட்காருங்க..." சோஃபாக்களைக் காட்டிவிட்டு எதிரே இருந்த ஈஸிச்சேரில் சாய்ந்தார் பெரியவர்.

பெரியவர் இரண்டு தரம் இருமிவிட்டு மெல்லிய குரலில் சொன்னார்.

"ஸ்வஸ்திகா காலேஜ் போயிருக்கா... வர்ற நேரம்தான்...! கொஞ்ச நேரம் வெயிட் பண்றீங்களா...?"

"நோ... ப்ராப்ளம்... வெயிட் பண்றோம்..." என்று சொன்ன விவேக் "ஸ்வஸ்திகா உங்களுக்கு...?" குரலை இழுத்தான்.

"என்னோட பேத்தி... அண்ணா யூனிவர்ஸிடியில எம்.பி.ஏ பண்ணிட்டிருக்கா. நீங்க போலீஸ் டிபார்ட்மெண்ட்ன்னு சொன்னீங்க. ஸ்வஸ்திகாவை எதுக்காகத் தேடிட்டு வந்திருக்கீங்க...?"

"அது... வந்து... அவங்க காலேஜ்ல ஒரு ஈவ்டீஸிங் பிரச்சனை. அது சம்பந்தமாய் போலீஸ் என்கொய்ரி. காலேஜுக்குப் போனா எல்லார்க்கும் தெரிஞ்சுடும். அதான்... வீட்டுக்கு வந்தோம்."

"ஈவ் டீஸிங் பண்றவங்களை சிவியரா பனிஷ் பண்ணனும். ஏதாவது சாப்பிடறீங்களா?"

"ஒண்ணும் வேண்டாம். தேங்க்ஸ்..." விவேக் சொல்லிக்கொண்டே எதற்காகவோ தலை திருப்பிய விநாடி ஹாலுக்குப் பின்புறமாய் இருந்த அறையிலிருந்து வெளிப்பட்ட அந்த வேலைக்காரி விவேக்கைப் பார்த்து ஊமைஜாடையில் எழுந்து வரும்படி சொன்னாள்.

விவேக் பெரியவரிடம் திரும்பினான்.

"அய்யா...! இங்கே டாய்லட் எங்கே இருக்கு?"

"போகணுமா...? அதோ அந்தப்பக்கம்..." அவர் கைகாட்ட, விவேக் எழுந்து போனான்.

வேலைக்காரி தவிப்போடு சுவரோரமாய் காத்திருந்தாள். விவேக் பக்கத்தில் வந்ததும் குரலைத் தாழ்த்தினாள்.

"அய்யா... நீங்க போலீஸா?"

"ஆமா..."

"ஸ்வஸ்திகா அம்மாவையா பார்க்க வந்தீங்க...?"

"ஆமா..."

"அவங்களை நீங்க பார்க்க முடியாதுங்கய்யா."

"ஏன்...?"

"அவங்க உயிரோட இருந்தாத்தானே பார்க்க முடியும்?"

“நீ... நீ... என்ன சொல்றே?”

“ஸ்வஸ்திகா அம்மா செத்து ஒரு வருஷம் ஆச்சிங்கய்யா...”

“எ... எ... என்னது...?”

“ஆமாங்கய்யா... ஸ்வஸ்திகா அம்மா உயிரோட இல்லை.”

“எ... எ... என்னாச்சு...?”

“உடம்புக்கு முடியாமே படுத்துட்டு இருந்தாங்க.”

“பெரியவர், ஸ்வஸ்திகா காலேஜுக்குப் போயிருக்கிறதாய் சொன்னார்...”

“பெரியவருக்குப் புத்தி சுவாதீனம் இல்லீங்கய்யா. பேத்தி இன்னமும் உயிரோட இருக்கிறதா நினைச்சுட்டிருக்கார்... யார் வீட்டுக்கு வந்தாலும் இப்படித்தான் பேசுவார்.”

விவேக் திகைத்துப் போனவனாய் பெரியவரைத் திரும்பிப் பார்த்தான். விஷ்ணுவிடம் அவர் ஸ்வஸ்திகாவின் பாடும் திறமையைப் பற்றிப் பேசிக் கொண்டிருந்தார். விவேக் வேலைக்காரியிடம் கேட்டான்.

“ஸ்வஸ்திகாவோட அப்பா அம்மா?”

“ஸ்வஸ்திகா சின்னப்பொண்ணா இருக்கும்போதே அம்மா காலமாயிட்டாங்க. கொஞ்சநாள்ல அவளோட அப்பாவும் போய்ச் சேர்ந்துட்டார். ஸ்வஸ்திகாவை வளர்த்தது எல்லாம் பெரியவர்தான். பாசத்தைக் கொட்டி வளர்த்தார். காலேஜிலிருந்து வர்றதுக்கு கொஞ்ச நேரமானாலும் துடிச்சுப் போயிடுவார். அப்படிப்பட்டவர் அவளோட இறப்பைத் தாங்குவாராய்யா? புத்தி பேதலிச்சுப் போயிட்டார்.”

“பெரியவரோட பேர் என்ன?”

“போஜராவ்... கன்னடத்துக்காரர். ஆனா பொறந்தது வளர்ந்தது எல்லாமே இந்த மெட்ராஸ்தான். காலேஜ் புள்ளைகளுக்கு பாடம் சொல்லிக் கொடுக்கக்கூடிய வாத்தியாராய் இருந்தார்.”

"புரபசரா...?"

"ஆமாங்கய்யா... அப்படித்தான் சொல்லுவாங்க..."

"சரி... ஸ்வஸ்திகா எப்படி இறந்து போனா...?"

"தோல் புற்றுநோய் வந்து செத்துட்டாங்கய்யா...! அதோ அந்த ரூம்லதான் ஸ்வஸ்திகாம்மா இருந்தாங்க. ரூமை விட்டு வெளியே வரவே வராது. அப்படியே இருந்து செத்தும் போச்சு..."

"பூஜ்யாங்கிற பொண்ணை உனக்குத் தெரியுமா?"

"ம்... தெரியும்ங்கய்யா... ஸ்வஸ்திகாவும் பூஜ்யாவும் ஒரே காலேஜ்ல படிச்சிட்டிருந்தாங்க. ஸ்வஸ்திகாவோட உடம்பு நல்லாயிருந்தப்ப அந்தப் பொண்ணு இந்த வீட்டுக்கு அடிக்கடி வரும். ஸ்வஸ்திகா இறந்ததுக்கு அப்புறம் வர்றதே இல்லை."

"வர்ஷினி, சாலினி, ஜமுனா - இந்தப் பொண்ணுங்கெல்லாம் யாரு...?"

"இந்தப் பேரெல்லாம் நான் இன்னிக்குத்தான்யா கேக்கறேன்... பூஜ்யாவைத் தவிர இந்த வீட்டுக்கு யாரும் வரமாட்டாங்கய்யா."

விவேக் மேற்கொண்டு பேசும் முன்பு அவனுடைய செல்ஃபோன் அழைத்தது. எடுத்தான். மறுமுனையில் ரூபலா பேசினாள்.

"என்னங்க...!"

"சொல்லு ரூபி..."

"பூஜ்யா விவகாரம் என்னாச்சு?"

"இன்வெஸ்டிகேஷன் போயிட்டிருக்கு."

"விஷ்ணு உங்க பக்கத்தில் இருக்கானா?"

"ஆமா..."

"அவனை உடனே தி.நகர் பனகல் பார்க்குக்குப் பக்கத்தில் வரச்சொல்லுங்க... நான் அங்கே அவனுக்காகக் கார்ல வெயிட் பண்ணிட்டு இருப்பேன்..."

“என்ன விஷயம் ரூபி...?”

“போன்ல எதுவும் வேண்டாம். அவனை மொதல்ல அனுப்புங்க.”

“சரி... அனுப்பி வைக்கிறேன்...!” சொன்ன விவேக் செல்ஃபோனை அணைத்துக்கொண்டே பெரியவரிடம் பேசிக்கொண்டிருந்த விஷ்ணுவிடம் வந்தான்.

“விஷ்ணு!”

“பாஸ்...”

“நான் பெரியவர்கிட்டே பேசிட்டு இருக்கேன். நீ உடனே கிளம்பு...”

“எங்கே பாஸ்...?”

“ரூபி ஈஸ் வெயிட்டிங் ஃபார் யூ... பனகல் பார்க் பக்கத்துல...! நீ ஒரு ஆட்டோ பிடிச்சுப் போய்ச் சேர்...”

“என்ன விஷயம் பாஸ்...? ரூபலா மேடத்துக்கிட்டே நான் தனியா பேசினா என்னை ஒரு வழி பண்ணிடுவாங்களே...?”

“அது எல்லாம் வீட்ல...! இது ஏதோ வேற விவகாரம். போய்ப் பாரு...!”

“ஓ.கே பாஸ்...!” பெரியவரிடம் சொல்லிவிட்டு விஷ்ணு வெளியேறினான்.

விவேக் பெரியவருக்கு எதிரில் உட்கார்ந்தபடியே கேட்டான். “அய்யா...! மணி ஏழாகப் போகுது. இன்னும் உங்க பேத்தி ஸ்வஸ்திகா காலேஜிலிருந்து வரலையே...?”

“வந்துருவா... வந்துருவா... வழியில ஃப்ரண்ட்ஸ் யாரையாவது பார்த்துட்டு வருவா... கொஞ்ச நாளாவே லேட்டாத்தான் வர்றா... வந்தா கண்டிச்சு வைக்கணும்... அப்பா அம்மா இல்லாத பொண்ணாச்சேன்னு செல்லம் குடுத்து வளர்த்தது ரொம்பவும் தப்பாயிடுச்சு...”

“ஸ்வஸ்திகாவுக்கு எப்போ படிப்பு முடியுது...?”

“இன்னும் ஒரு வருஷம் இருக்கு..”

“அதுக்கப்புறம் பேத்திக்குக் கல்யாணம்தானே...?”

“கண்டிப்பா...! என்னோட காலம் முடியறதுக்குள்ளே ஒரு கொள்ளுப் பேரனையோ பேத்தியையோ பார்த்துடணும்.”

“அய்யா...! உங்க பேத்தி ஸ்வஸ்திகாவோட ரூம் அதுதானே...?”

“ஆமா...”

“போய்ப் பார்க்கலாமா?”

“தாராளமாப் போய்ப் பாருங்க...”

விவேக் எழுந்து அந்த அறையை நோக்கிப் போனான். வெறுமனே சாத்தப்பட்டு இருந்த கதவை மெல்லத் தள்ளினான். உள்ளே நுழைந்தான்.

பார்வைக்குக் கிடைத்த அந்தப் பெரிய ஷோக்கேஸைப் பார்த்ததும் திகைத்தான்.

# 14

**ஆயிரம் கோடி பணம் இருந்தாலும் ஆறுதல் சொல்ல ஒரு உண்மையான நண்பன்**

**இல்லையென்றால்**

**அவன்தான் உண்மையிலேயே மிகப் பெரிய ஏழை.**

**எந்தக் காரணத்துக்காகவும் நல்ல நட்பை இழந்து விடாதீர்கள்.**

இந்தப் பெரிய கண்ணாடி ஷோக்கேஸ் முழுவதும் தாஜ்மஹால்கள் பெரியதாய், சின்னதாய், இன்னமும் சின்னதாய் என்று வரிசையாய் அணிவகுத்து விவேக்கின் விழிகளை வியப்பில் விரிய வைத்தது.

"ஒரு பெண்ணுக்குத் தாஜ்மஹால் மேல் இவ்வளவு காதலா?'

ஷோக்கேஸின் மேல் ஒரு காகிதம் ஒட்டப்பட்டு, அதில் கவிதைத்தனமாய் இரண்டு வரிகள் எழுதப்பட்டு இருந்தன.

***காதலுக்காக காதலே எழுதிக்கொண்ட***

***ஒரு காவியம்.***

விவேக் அந்த ஷோக்கேஸைப் பார்த்து முடித்துவிட்டு பார்வையைத் திருப்பினான். இடதுபக்க சுவரில் ஸ்வஸ்திகாவின் போட்டோ காகிதப்பூ மாலையில் தெரிந்தது. அழகாக இருந்தாள். போட்டோ என்றாலும்

அந்தக் கண்களில் உயிர் தெரிந்தது. உதடுகளில் நிஜமாகவே ஈரப்பசை இருப்பதுபோல் மினுமினுப்பு தெரிந்தது.

அறையின் வலதுபக்கம் இருந்த கண்ணாடி பீரோவில் நிறைய காலிகோ பைண்ட் செய்யப்பட்ட புத்தகங்கள். எல்லாமே பொது அறிவு பற்றிய என்சைக்ளோபீடியாக்கள்.

விவேக் அந்த அறைக்குள் பத்து நிமிஷ நேரம் இருந்துவிட்டு வெளியே வந்தான். பெரியவர் வேலைக்காரி கொண்டு வந்து கொடுத்த காப்பியை சாஸரில் ஊற்றி நிதானமாய்க் குடித்துக் கொண்டிருந்தார். விவேக்கைப் பார்த்ததும் கேட்டார்.

"என்ன... ரூமைப் பார்த்தீங்களா?"

"ம்... பார்த்தேன்... ஸ்வஸ்திகாவுக்கு தாஜ்மஹால் மேல் அப்படியென்ன ஈர்ப்பு...? ஷோக்கேஸ் பூராவும் சின்னதும் பெரியதுமாய் நிறைய தாஜ்மஹால்கள்... நெறைஞ்சு இருக்கு."

பெரியவர் சிரித்தார். "அது என்னமோ தெரியலை, ஸ்கூல் டேஸ்ல இருந்தே அவ தன்னோட தாஜ்மஹால் கலெக்ஷனை ஆரம்பிச்சுட்டா... எந்த ஒரு டிபார்ட்மெண்ட்டல் ஸ்டோர்க்குப் போனாலும் சரி வித்தியாசமான தாஜ்மஹாலை வாங்கிட்டு வந்துடுவா. தனக்கு ரொம்பவும் பிடிச்சமானவங்களுக்கு தாஜ்மஹால் பொம்மையையோ படத்தையோ தான் தருவா."

விவேக் சட்டென்று குறுக்கிட்டுக் கேட்டான்.

"அப்படித்தான் ஆயில் பெயிண்ட்டிங் பண்ணிய தாஜ்மஹோல் ஓவியத்தையும் ஸ்வஸ்திகா பூஜ்யாவுக்குக் கொடுத்திட்டிருப்பானு நினைக்கிறேன்..."

பெரியவர் நிமிர்ந்தார். "யார் அது பூஜ்யா?"

வேலைக்காரி குறுக்கிட்டுச் சொன்னாள்.

"அதான்யா... நம்ம ஸ்வஸ்திகா அம்மாவைப் பார்க்க உயரமாய் ஒரு பொண்ணு வருமே... தனக்குப் பொறந்த

நாள்ன்னு சொல்லி ஒரு தபா உங்க கால்லகூட விழுந்து ஆசிர்வாதம் வாங்கிச்சே...”

“ஓ... அந்தப் பொண்ணா ! பேரு கொஞ்சம் வித்தியசமாய் இருக்கிறதால மறந்துடறேன்...” சொன்னவர் வேலைக்காரியை ஏறிட்டார்.

“பொன்னி!”

“அய்யா“

“நான் போய்க் கொஞ்சம் படுத்துக்கிறேன். ஸார்க்கு ஸ்வஸ்திகாவைப் பார்த்துப் பேசணுமாம். நீ இருந்து பார்த்துக்கோ... ஸ்வஸ்திகா வந்ததும் என்னை எழுப்பு.”

“சரிங்கய்யா.”

பெரியவர் தளர்வாய் எழுந்து ஹாலின் கடைசியில் தாஜ்மஹால் இருந்த அறையை நோக்கிப் போனார்.

விவேக்கும் எழுந்து கொண்டான்.

“நானும் புறப்படறேன்... ஸ்வஸ்திகா உயிரோட இல்லைன்னு ஆன பின்னாடி இங்கே இருக்கிறதுல ஒரு பிரயோஜனமும் இல்லை. நான் வர்றேம்மா.”

“அய்யா... அந்தப் பூஜ்யாவுக்கு என்ன பிரச்சனை? எதுக்காக ஸ்வஸ்திகாகிட்டே அவளைப் பத்தி விசாரிக்க வந்து இருக்கீங்க?”

“பூஜ்யாவுக்குத் திடீர்ன்னு உடம்பு சரியில்லை. மனசும் கொஞ்சம் பாதிக்கப்பட்டிருக்கு... அவளோட நடவடிக்கைகளும் கொஞ்சம் விசித்திரமாய் இருக்கிறதால ஸ்வஸ்திகாவைப் பார்த்து விசாரிச்சுட்டுப் போலாம்ன்னு வந்தேன். இங்கே வந்தா நிலைமையே வேற மாதிரி இருக்கு.”

விவேக், வேலைக்காரி பொன்னியிடம் பேசிவிட்டு வீட்டிலிருந்து வெளிப்பட்டான். காரில் ஏறி சாலைக்கு வந்து சிறிது தூரம் பயணித்ததும் செல்ஃபோன் கூப்பிட்டது.

விஷ்ணு பேசினான்.

“பாஸ்...”

“என்னடா?”

“நீங்க சொன்னபடியே பனகல் பார்க்குக்கு வந்துட்டேன். ரூபலா மேடம் வரலை.”

“வெய்ட் பண்ணு! வருவாங்க...!”

# 15

**வாழ்வில் சந்தோஷமாக இருக்க ஓர் எளிமையான வழி. ஆனால் அதற்கு நீங்கள் அதற்காக இரண்டு விஷயங்களை மறக்க வேண்டும்.**

***முதல் விஷயம்:*** **நீங்கள் மற்றவர்களுக்குச் செய்த உதவிகளை.**

***இரண்டாவது விஷயம்:*** **மற்றவர்கள் உங்களுக்குச் செய்த கெடுதல்களை.**

விவேக்கின் கார் கண்ணிலிருந்து மறையும் வரை பார்த்துக் கொண்டிருந்த வேலைக்காரி பொன்னி தன் இடுப்புச் சேலையின் மறைவிலிருந்து எடுத்த செல்ஃபோனில் எண்களைத் தட்டிவிட்டுப் பதற்றமாய்ப் பேசினாள்.

“அர்ஜூன்... நீ இப்போ எங்கே இருக்கே?”

“வேற எங்கே... பண்ணை வீட்லதான்...”

“உனக்கு இருபது நிமிஷமாய் ஃபோன் பண்றேன். நாட்ரீச்சபிள்ன்னே வருது... உன்னோட போனுக்கு என்னாச்சு...?”

“பேட்டரி லோ... சார்ஜர்ல போட்டிருந்தேன்.”

“சரியாப் போச்சு...”

“ஏன்... என்ன விஷயம்...?”

“பூஜ்யா விவகாரத்தை போலீஸ் தோண்டித் துருவி எடுத்துட்டு இருக்காங்க. கொஞ்ச நேரத்துக்கு முந்தி க்ரைம் ப்ராஞ்சிலிருந்து ரெண்டு பேர் வீட்டுக்கே வந்துட்டாங்க...”

“அப்புறம் என்னாச்சு...?”

“அய்யா வழக்கம்போல மனம் பேதலிச்சவர் மாதிரி நடிச்சு பதில் சொல்லாமே தப்பிச்சுட்டார்.”

“எத்தனை பேர் வந்திருந்தாங்க?”

“ரெண்டு பேர்... அதுல ஒருத்தர் ஏதோ போன் வரவும் கிளம்பிப் போயிட்டார்.”

“சரி... நீ எதுக்கும் கவலைப்படாதே. அந்தப் பூஜ்யாவுக்கு ஆப்ரேஷன் நடந்தாலும் உயிர்பிழைக்க வாய்ப்பு இல்லையாம். அய்யாக்கிட்டே சொல்லு...!”

“இதோ...! அய்யாவே ரூமிலிருந்து வர்றார். நீயே பேசு...!”

அறையிலிருந்து வெளிப்பட்ட போஜராவ் வேகநடையில் வந்து பொன்னியின் கையில் இருந்த செல்ஃபோனை வாங்கிப் பேசினார்.

“அர்ஜுன்...! நீ கொஞ்சம் அலட்சியமாய் இருந்ததாலே எவ்வளவு பெரிய பிரச்சனை உருவாகியிருக்கு பார்த்தியா?”

“அய்யா...! பூஜ்யா பண்ணை வீட்டுக்கு வந்து ஸ்வஸ்திகாவோட சமாதியில் அஞ்சலி செலுத்தணும்னு சொன்னப்ப நான் வேண்டாம்னுதான் சொன்னேன். அந்தப் பொண்ணு கேட்கலை. ஒரே நிமிஷம்னு சொல்லிட்டு உள்ளே போனா. அந்த நேரம் பார்த்து பின்பக்கத்துல இருந்து சீஸர் குரைச்சது. நான் என்ன ஏதுன்னு பார்க்கப் போனேன். பாம்பு ஒண்ணு பெரிசா படம் எடுத்து நாய்க்கு முன்னாடி நின்னுட்டு இருந்தது. பாம்பை அடிக்கிற அந்தக் களேபரத்துல பூஜ்யாவை மறந்துட்டேன்.”

“அதுதான் அந்தப் பூஜ்யாவுக்கு வசதியாப் போச்சு... ஸ்வஸ்திகாவோட சமாதிக்கு அஞ்சலி செலுத்த வந்தவ

அப்படியே என்னோட லாபரட்ரிக்குள்ளே பூந்து கண்ணாடி குடுவைக்குள்ளே மிதந்துட்டிருந்த தலைகளைப் பார்த்து அரண்டு போய் அதைத் தன்னோட செல்ஃபோன் கேமிராவால பதிவு பண்ணிட்டுப் போயிட்டா. நல்ல வேளையாய் அவ நேரிடையா போலீஸுக்குப் போகலை. தலைகளைப் பார்த்த அதிர்ச்சியில் அவளுக்கு ஏற்கெனவே இருந்த அநியூரிஸம் வியாதி விஸ்வரூபம் எடுத்து ரத்த நாளங்கள் வீங்கி ஒரு க்ரிட்டிக்கலான மேஜர் ஆப்ரேஷன் வரை கொண்டு போயிருக்கு. ஆப்ரேஷனோட சக்சஸ் ரேட் ஒரு பர்சண்ட். அவ பிழைக்க வாய்ப்பு இல்லைங்கிற ஒரு விஷயம்தான் நமக்கு இப்போ ஆறுதலான விஷயம்...! ஒருவேளை அந்தப் பூஜ்யா உயிர் பிழைச்சுட்டா நாமளே போலீஸ்ல போய் சரணடைஞ்சுடறதுதான் உத்தமம்."

"அய்யா...! பயப்படாதீங்க... அந்த நிலைமை உங்களுக்குக் கண்டிப்பாய் வராது."

"பார்க்கலாம்." பெரியவர் போஜராவ் பேசிவிட்டு செல்போனை அணைத்துப் பொன்னியிடம் கொடுத்துவிட்டுத் திரும்பினார்.

விஷ்ணு நின்றிருந்தான்.

# 16

**சந்தோஷம் என்பது ஒரு வண்ணத்துப் பூச்சி போன்றது. அதை நீ துரத்திக்கொண்டு போனால் அது உன் கைகளுக்குக் கிடைக்காது. அதைப் பொருட்படுத்தாமல் நீ உன்னுடைய கடமையைச் செய்து கொண்டிருந்தால் அதுவாகவே தானாய் பறந்து வந்து உன் தோள் மீது உட்காரும்.**

விஷ்ணு கைகளைக் குவித்தான்.

"வணக்கம் அய்யா...! உங்க நாடகம் அருமையாய் போயிட்டிருந்தப்ப நான் குறுக்கே வந்துட்டேன்."

போஜராவ் தன் கண்களில் இருந்த கண்ணாடியைக் கழற்றிக் கொண்டு மெல்ல பின்வாங்கினார்.

"நீ... நீ... நீ...?"

"நீ பனகல் பார்க்குக்குப் போக வேண்டியவனாச்சே...? இங்கே எப்படி வந்தேன்னு கேட்கறீங்க... அதுதானே...? நீங்க ஒரு நாடகம் போட்டா நாங்க ஒரு நாடகம் போட மாட்டோமா என்ன? என்னோட பாஸ் பனகல் பார்க்குக்குப் போன்னு சொன்னது உங்க வீட்டைத்தான். நான் வெளியே போற மாதிரி பாவ்லா பண்ணி இந்த வீட்டுக்குப் பின்பக்கமாய் போய் சுவரேறிக் குதிச்சு பின்னாடி இருந்த மோட்டார் பம்ப் ரூம்ல கொஞ்ச நேரம் தவம் பண்ணிட்டிருந்தேன். என்னோட

பாஸ் வெளியே போனதுமே மேடம் பொன்னி தன்னோட செல்ஃபோனை எடுத்துப் பேசினதும், அய்யா நீங்க வந்து அடிஷனலாய் பேசினதும் இந்த விஷ்ணு நோட்டட்...”

“டிடிங்...!” வாசலில் காலிங்பெல் பட்டனை யாரோ அழுத்தினார்கள்.

விஷ்ணு சொன்னான். “அது என்னோட பாஸ்தான்... நீ போய்க் கதவைத் திறம்மா... பொன்னி...”

பொன்னி தயங்க, பெரியவர் தலையசைத்தார். “போய்த் திற...! இது மாதிரியான ஒரு நிலைமை ஏற்பட்டுடக்கூடாதுன்னுதான் கஷ்டப்பட்டோம். ஆனா சட்டம் அதனோட கடமையைப் பண்ணத்தானே செய்யும்?”

பொன்னி போய்க் கதவைத் திறந்தாள். விவேக் ஒரு சின்னச் சிரிப்பை உதட்டில் ஒட்ட வைத்துக்கொண்டு உள்ளே வந்து பெரியவருக்கு முன்பாய் நின்றான். அவரையே உற்றுப் பார்த்தபடி பேசினான்.

“மிஸ்டர் போஜராவ்... ரெண்டு நாளைக்கு முன்னாடியே உங்களைப் பத்தின தகவல்களை நான் திரட்டிட்டேன்...அது எப்படின்னு உங்களால கெஸ் பண்ண முடியுதா...?”

‘முடியலை!’ என்பதுபோல் தலையசைத்தார் போஜராவ். விவேக் தொடர்ந்தான். “எந்தக் கண்ணாடிக் குடுவைகளில் ஃபார்மலினை நிரப்பி தலைகளை வெட்டி மிதக்க விட்டீங்களோ - அதே கண்ணாடிக் குடுவைகள்தான் உங்களைக் காட்டிக் கொடுத்ததுன்னு சொன்னா உங்களால நம்ப முடியுமா...? நம்ப முடியாது. பட் அதுதான் உண்மையிலும் உண்மை.” சொன்ன விவேக் விஷ்ணுவைப் பார்த்துக் கண்ணைக் காட்ட, அவன் தன் கையில் வைத்திருந்த மூன்று போஸ்ட் கார்டு சைஸ் போட்டோக்களை போஜராவ்விடம் கொடுத்தான்.

விவேக் சொன்னான். “மிஸ்டர் போஜராவ்! அந்த மூணு போட்டோக்களும் பூஜ்யாவோட செல்ஃபோன்

கேமிராவிலிருந்து எடுத்து பிரிண்ட் போட்டது. பொதுவா இதைப் பார்க்கிறவங்களுக்கு அந்த மூணு பொண்ணுங்களோட தலைதான் தெரியும். ஆனா என்னோட பார்வைக்குக் கிடைச்சது எது தெரியுமா? அந்தக் கண்ணாடிக் குடுவைக்கு அடிப்புறத்துல லேசாய் டின்ட் செய்யப்பட்டிருந்த கிரிஸ்டல் க்ளாஸ்வேர்ஸ் (Crystal Glasswares)ங்கிற கண்ணாடி கம்பெனியோட பேர்தான். இந்தக் கண்ணாடிக் குடுவைகளை செல்ஃபோன் கேமிராவில பார்த்தப்ப கண்ணாடிக் கம்பெனியோட பேர் தெரியலை. பிரிண்ட் போட்டுப் பார்த்தப்பதான் எனக்கு ஏதோ எழுத்துக்கள் லேசா தெரிஞ்சுது. அதை ஃபாரன்ஸிக்கில் உள்ள போட்டோ டெக்னாலஜிஸ்ட் ஹை ஜூம் லென்ஸ் வெச்சு உறுதிப்படுத்தினார்.

பாரீஸ் கார்னர்ல இருக்கிற ஒரு க்ளாஸ்வேர்ஸ் கடைக்குப்போய் அந்த கிளாஸ் கம்பெனி எங்கே இருக்குன்னு கேட்டுத் தெரிஞ்சுக்கிட்டு நான் அந்தக் கம்பெனி ஓனர் அப்துல் லத்தீப்பைப் போய்ப் பார்த்தேன். போட்டோக்களைக் காட்டினேன். அதைப் பார்த்ததுமே அவர் அரண்டு போயிட்டார். இது மாதிரியான கண்ணாடிக் குடுவைகளை ஆர்டர் பேர்லதான் தயாரிக்க முடியும்ன்னு சொன்னவர், ஆர்டர் கொடுத்தது யார்ன்னு ஆர்டர் புக்கை எடுத்துப் பார்த்தார். அதில் கெமிஸ்ட்ரி புரபஸர் போஜராவ் லேப்ரட்ரிக்காகன்னு எழுதப்பட்டு இருந்தது.

உங்க லேப்ரட்ரிக்குத் தேவையான டெஸ்ட் ட்யூப்களையும் குடுவைகளையும் கிரிஸ்டல் க்ளாஸ்வேர்ஸ் கம்பெனிதான் பத்து வருஷகாலமாய் தயாரிச்சு தர்றதாய் அப்துல் லத்தீப் சொன்னார். இவ்வளவு பெரிய மூணு கண்ணாடிக் குடுவைகளுக்கும் புரபஸர் போஜராவ் முதல் தடவையாய் ஆர்டர் கொடுத்ததாவும் சொன்னார். இந்தத் தகவல் எனக்குக் கிடைச்சதுமே மூணு பொண்ணுங்க கொலை செய்யப்பட்டதுக்கும் உங்களுக்கும் ஏதோ ஒரு தொடர்பு இருக்குங்கிறதைப் புரிஞ்சுக்கிட்டு உங்க வீட்டுக்கு வந்தோம்.

எடுத்த எடுப்பிலேயே உங்களைக் கைது பண்ணி உங்களை ஸ்டேஷனுக்குக் கொண்டுபோக எனக்கு விருப்பம் இல்லை. தகுந்த ஆதாரங்களோட கைது பண்ணத்தான் நான் என்னோட மனைவி ரூபலா, விஷ்ணு மூணு பேரும் சேர்ந்து பனகல் பார்க் நாடகம் போட்டோம்.

"நான் உங்ககிட்ட பேசிட்டு வீட்டை விட்டு வெளியேறிப் போனதுமே உங்களுடைய இன்னொரு முகம் நிச்சயம் வெளிப்படும்ன்னு நினைச்சேன். விஷ்ணு உங்க வீட்டுக்குள்ளேயே இருந்ததினால் அதைப் பார்க்கவும் முடிஞ்சுது."

புரபஸர் போஜராவ் தன் பொய்ப் பற்களைக் காட்டிச் சிரித்தார்.

"ஸோ... நான் கொலையாளி?"

"எஸ்..." என்றான் விஷ்ணு.

"நான்தான் நீங்க போன்ல பேசினதையெல்லாம் கேட்டேனே...?"

"கண்ணால பார்ப்பதும் பொய். காதல் கேட்பதும் பொய்."

"அப்படீன்னா அதைப் பண்ணது யார்...?"

புரபஸர் போஜராவ் மறுபடியும் சிரித்தார். விஷ்ணு எரிச்சல் மேலிட அவரைப் பார்த்தான்.

"இப்படிச் சிரிச்சா என்ன அர்த்தம்?"

"நான் அந்தப் பொண்ணுங்களைக் கொலை செய்யலைன்னு அர்த்தம்..."

"நீங்க கொலை செய்யலைன்னா வேற யார்?"

"என்னோட பண்ணை வீட்டுக்குப் போனா நீங்க கேட்ட கேள்விக்குப் பதில் கிடைக்கும்..."

"என்ன பாஸ் பெரியவர் குழப்பறார்?"

"இல்ல விஷ்ணு... அவர் குழப்பலை. அவர்கிட்டே ஏதோ ஒரு உண்மை இருக்கு... கார்ல அவரை அள்ளி போடு... அந்தப் பண்ணை வீட்டுக்குப் போய்ப் பார்க்கலாம்..."

# 17

**எப்போதும் நன்மை செய்பவர்களாகவே இருங்கள். சந்தர்ப்ப சூழ்நிலைகள் சரியாக இல்லாவிட்டாலும்கூட நன்மை செய்வதில் இருந்து தவறாதீர்கள். இப்படி இருப்பவர்கள் வாழ்க்கை எளிதாக, இனிமையானதாக மாறும்.**

சென்னைப் புறநகரில் இருந்த அந்தப் பண்ணை வீட்டுக்கு முன்பாகக் காரும், அதைத் தொடர்ந்து போலீஸ் ஜீப்பும் நின்றது.

விவேக், விஷ்ணு இருவரும் இறங்கினார்கள். ஒரு பெரிய தென்னந்தோப்புக்கு நடுவில் அந்தப் பண்ணை வீடு பதுங்கியிருந்தது. சுற்றிலும் அமைதி. கண்ணுக்கெட்டிய தூரம் வரை எந்த வீடும் பார்வைக்குக் கிடைக்கவில்லை. ஜீப்பில் வந்த கான்ஸ்டபிள்கள் வெளியே காவலுக்கு நின்று கொள்ள – புரபஸர் போஜராவ் உள்ளே போனார்.

வேலையாள் அர்ஜூன் கலவரமாய் ஓடி வந்தான்.

"அய்யா...!"

"போலீஸ் கண்டுபிடிச்சுட்டாங்க... உண்மையை ஒத்துக்கிறதைத் தவிர வேற வழியில்லை. லேப் திறந்திருக்கா...?"

"திறந்திருக்கு அய்யா..."

போஜராவ் வேகமாய் நடந்து பண்ணை வீட்டின் கோடியில் இருந்த ஒரு அறைக்குள் நுழைந்தார். விவேக்,

விஷ்ணு பின்தொடர்ந்து உள்ளே நுழைந்தார்கள். - அந்த அறை ஒரு லேப்ரட்ரியாக மாறியிருந்தது. சுவர் ஷெல்ஃப்களில் நிறம் நிறமாய் ரசாயன திரவப் பாட்டில்கள். சோதனைக் குழாய்கள். சுவர்களில் வரைபடங்கள். விவேக் அந்த வரைபடங்களின் மேல் பார்வையைப் பதித்தான்.

*Future Bio Spare Parts*

*Organolds*

*Growth Factors*

*Bio Degradable*

*Hydro Xyaratile*

என்று ஏதேதோ புரியாத வார்த்தைகள்.

புரபசர் போஜராவ் விவேக்கிற்குப் பக்கத்தில் வந்தார்.

"படிச்சீங்களே... உங்களுக்கு ஏதாவது புரியுதா?"

"புரியலை"

"சரி... இந்தப் படத்தைப் பாருங்க..."

சுவரில் இருந்த ஒரு படத்தைக் காட்டினார். விவேக் அதைப் பார்த்தான்.

புரபஸர் போஜராவ் விவேக்கை புன்னகையோடு ஏறிட்டார். "இப்பவாவது உங்களுக்குப் புரியுதா...?"

"ஏதோ புரியறமாதிரி இருக்கு."

"என்ன புரியுது...? சொல்லுங்க பார்க்கலாம்!"

"செயற்கையான மனித உறுப்புகள் தயாரிப்பது சம்பந்தமாய் ஏதோ ஆராய்ச்சின்னு கெஸ் பண்றேன்..."

"யூ... ஆர் கரெக்ட்... அது சம்பந்தமான ஆராய்ச்சிதான் இது. இன்னும் அடுத்த பத்து வருஷங்களில் மனுஷனோட எந்த உறுப்பை வேணும்னாலும் செயற்கையாய் தயாரிச்சுக்க முடியும் – ஒண்ணே ஒண்ணைத் தவிர. அது மனுஷ மூளை.

இதுக்குக் காரணம் ‘ஹை - சை’ன்னு சொல்லப்படற ‘ஹைட்ரோ சைபாடைட்’ங்கிற உலோகவியல் சம்பந்தப்பட்டப் பொருள்.

ஒரு நபரோட புகைப்படத்தைப் பார்த்தே - அவரோட தலையை ஒரு செயற்கைத் தலையை என்னால உருவாக்க முடியும். அதுக்குத் தேவையான உதிரிபாகங்கள் ஒரு ப்ளாஸ்டிக் மண்டை ஓடு. அதாவது பிளாஸ்டிக் ஸ்கல், ஒரு சிலிகான் கண் குழி, ஒரு சிலிகான் மூக்கு, சைலாஸ்டிக் ஜெல்லினால் உருவாக்கப்பட்ட தாடை, கார்பனால் உருவாக்கப்பட்ட பல்வேர், ஹை-சையினால் உருவாக்கப்பட்ட பற்கள் மற்றும் எலும்புகள், பிறகு செயற்கைத் திசுக்களால் நெய்யப்பட்ட மனிதத் தோல். இதெல்லாம் சரியான விகிதத்தில் உபயோகப்படுத்தினா நினைச்ச நபரோட தலையை உருவாக்கலாம். அப்படி செயற்கையாய் உருவாக்கப்பட்ட தலைகள்தான் வர்ஷினி, சாலினி, ஜமுனா.”

விவேக், விஷ்ணு - இருவருமே வியப்பில் உறைந்து போக, புரபஸர் போஜராவ் பக்கத்தில் இருந்த ஒரு ஸ்கிரீனை விலக்கினார்.

நீளமான மேஜை மேல் அந்த மூன்று கண்ணாடிக் குடுவைகள் தெரிய - அதில் வர்ஷினி, சாலினி, ஜமுனா தலைகள் மிதந்தன.

“பூஜ்யா போட்டோ எடுத்தது இந்தச் செயற்கைத் தலைகளைத்தான்.” சொன்ன போஜராவ் ஒரு கண்ணாடிக் குடுவையைத் திறந்து தலையை எடுத்தார். சிறிய கருவி ஒன்றைக் கையில் எடுத்துக்கொண்டு தலையிலிருந்து உறுப்புக்களைப் பிரிக்க ஆரம்பித்தார்.

ஐந்தே நிமிடம்!

தலையில் இருந்த உதிரிபாகங்கள் மேஜையின் மேல் தனித்தனியாய்க் கிடந்தன.

“இப்ப சொல்லுங்க மிஸ்டர் விவேக்... நான் மூணு பொண்ணுங்களைக் கொலை செஞ்சவனா...?”

விவேக் பிரமிப்பிலிருந்து இன்னமும் விடுபடாமல் இருக்க - போஜராவ் திரும்பி, தனக்குப் பின்னால் நின்றிருந்த அர்ஜுனைப் பார்த்தார். "இந்தக் கண்ணாடிக் குடுவைகளை எடுத்து அப்படி ஓரமாய் வை..."

அர்ஜுன் கண்ணாடிக் குடுவைகளை நோக்கிப் போக, விவேக் போஜராவை ஏறிட்டான்.

"எதுக்காக இப்படியொரு பயங்கரமான செயற்கைத் தலைகள் செட்டப்...?"

"இது எல்லாத்துக்கும் காரணம் என்னோட பேத்தி ஸ்வஸ்திகாவின் கோபம்தான்!"

"கோபமா...! அப்படி என்ன கோபம்?"

"ஒரு வருஷத்துக்கு முன்னாடி பெண்கள் கல்லூரிகளுக்கு இடையிலான அழகிப் போட்டி ஒண்ணு நடந்தது. சென்னையில் இருந்த ஒட்டுமொத்த பெண்கள் கல்லூரிகளும் அதுல பங்கெடுத்துச்சு. என்னோட பேத்தி ஸ்வஸ்திகாவை அந்த அழகிப் போட்டியில கலந்துக்க சொல்லி கல்லூரி நிர்வாகம் கேட்டுகிட்டாங்க, அதனால ஸ்வஸ்திகாவும் கலந்துகிட்டா.

போட்டிக்கு முன்னாடி ஒரு கருத்துக் கணிப்பு நடத்தனாங்க 'மிஸ்.சென்னை' பட்டத்துக்கு ஸ்வஸ்திகாதான் தேர்ந்தெடுக்கப்படுவா'ங்கிற ஒரு செய்தி பரவி, அந்தப் போட்டியில் பங்கெடுத்த வர்ஷினி, சாலினி, ஜமுனா மூணு பேரும் ஸ்வஸ்திகாவைப் போட்டியிலிருந்து அப்புறப்படுத்த நினைச்சு அதுக்காக லோக்கல் ரௌடி ஒருத்தனுடைய உதவியை நாடியிருக்காங்க.

அவனும் பணத்தை வாங்கிக்கிட்டு, ஸ்வஸ்திகா காலேஜிலிருந்து வீடு திரும்பும்போது யாரும் இல்லாத ரோட்டில் பைக்கில் வந்து, ஒருவித விஷப்பொடியை முகத்து மேலத் தூவி, அவளுடைய தங்கச் சங்கிலியை பறிச்சுட்டுப் போயிட்டான். இது ஒரு செயின் ஸ்நேச்சிங் சம்பவம்ன்னு நினைச்சுப் போலீஸ்ல புகார் கொடுத்தோம். ஆள் யாருன்னு கண்டுபிடிக்க

முடியலை. அந்த விஷப்பொடி தூவப்பட்ட நாளிலிருந்தே ஸ்வஸ்திகாவுக்கு மூச்சிரைப்பு ஏற்பட்டு கஷ்டப்பட்டா. டாக்டர்கிட்டே கூட்டிப் போய் ட்ரீட்மெண்ட் எடுத்தோம். அந்த மூச்சிரைப்புக் கட்டுப்பட்டாலும் ஸ்வஸ்திகாவுக்குத் தோலில் அலர்ஜி ஏற்பட்டு படிப்படியாய் அது அரிப்பு நோயாய் மாறி கடைசியில் அது கேன்ஸர்ல போய் முடிஞ்சுது. அதுக்குப் பின்னாடி ஸ்வஸ்திகா அவளோட ரூமை விட்டு சாகற வரையில வெளியேவே வரலை.

ஸ்வஸ்திகா சாகிறதுக்கு ஒரு வாரத்துக்கு முன்னாடி என்னைக் கூப்பிட்டுப் பேசினா. தன்னோட இந்த நிலைமைக்கு வர்ஷினி காரணமாய் இருக்கலாம்னும், அவதான் ஒரு தடவை செல்ஃபோன்ல கூப்பிட்டு மிரட்டினதாகவும் சொன்னா. அவ காரணமாய் இருக்கும்பட்சத்தில் அவ தண்டிக்கப்படணும். நான் பட்ட இந்த மரண அவஸ்தையை அவளும் படணும்னு சொன்னா... ஸ்வஸ்திகா இதைச் சொன்ன பின்னாடி சரியாய் ஒரு வாரம்தான் உயிரோட இருந்தா.

ஸ்வஸ்திகாவோட மரணம் என்னைப் புரட்டிப் போட்டுச்சு. கொஞ்ச நாள் வரைக்கும் நான் புத்தி பேதலிச்சுப் போன நிலைமையில இருந்தேன். அதுக்கப்புறம் படிப்படியாய் தேறி நார்மல் நிலைக்கு வந்து என்னுடைய ஃப்யூச்சர் பயோ ஸ்பேர் பார்ட்ஸ் ஆராய்ச்சியைக் கண்டினியூ பண்ணினேன். வீட்டு நிர்வாகத்தைக் கவனிச்சுட்டு இருந்த பொன்னியும், பண்ணை வீட்டை கவனிச்சுட்டு இருந்த அர்ஜூனும் ஸ்வஸ்திகாவை தோளிலும் மார்பிலும் போட்டு வளர்த்தவங்க. அந்தப் பாசத்தினால அவளோட மரணத்துக்குக் காரணமான இருந்த வர்ஷினியை ரெண்டு பேரும் க்ளோஸா ஃபாலோ-அப் பண்ணி அப்ஸர்வ் பண்ணதுல அந்த விஷப்பொடி மேட்டரும், அதில் சம்பந்தப்பட்ட லோக்கல் ரௌடி நட்டு சங்கர், சாலினி, ஜமுனாவோட பேரும் வெளியே வந்தது.

அர்ஜூன் அந்த நட்டு சங்கரைத் தேடிப் போனப்ப அவன் ஆறு மாசத்துக்கு முன்னாடியே போலீஸ் என்கௌண்ட்டர்ல

கொல்லப்பட்டது தெரிய வந்தது. அதுக்கப்புறம் மீதி இருந்த வர்ஷினி, சாலினி, ஜமுனா இந்த மூணு பேரையும் மனரீதியாய் தண்டிக்க நினைச்சோம்.

சின்னச்சின்ன இடைவெளி விட்டு மூணு பேரையும் கடத்திப் பண்ணை வீட்டுக்குக் கொண்டு வந்தோம். உடல்ரீதியாய் அவங்களைத் துன்புறுத்தாமல் மனரீதியாய் மரண அவஸ்தையை அனுபவிக்க வைக்கத் திட்டம் போட்டோம். அந்தத் திட்டத்தோட விளைவுதான் மூணு கண்ணாடிக் குடுவைகளும் - அதுல மிதந்த - நான் உருவாக்குன - அவங்களோட செயற்கைத் தலைகளும், அந்த மூணு பேரையும் தினசரி அந்தக் குடுவைகளில் இருந்த தலைகளைப் பார்க்க வெச்சோம். எந்த நேரத்திலேயும் அவங்க கொல்லப்படலாம்ங்கிற பய உணர்வையும் கொடுத்துட்டே வந்தோம். ஒரு மாச காலம் வரைக்கும் அந்த மூணு பேரையும் இங்கே சிறை வெச்சுட்டு அதுக்கப்புறம் வெளியே அனுப்பிடலாம்ன்னு முடிவு பண்ணியிருந்தோம். அவங்களோட உடல்நலம் எந்த விதத்திலும் பாதிப்படையக் கூடாதுங்கிறதுக்காக மூணுவேளையும் நல்லாப் பார்த்துக்கிட்டோம்.

இந்த நிலைமையிலதான் ஸ்வஸ்திகாவோட கல்லூரித் தோழி பூஜ்யா, ஸ்வஸ்திகாவுக்கு அஞ்சலி செலுத்தறதுக்காக இந்தப் பண்ணை வீட்ல இருக்கிற அவளுடைய சமாதிக்கு வந்திருக்கா. அர்ஜுன் மறுத்தும் அவ பிடிவாதம் பிடிச்சு பண்ணை வீட்டுக்குப் பின்புறம் இருக்கிற ஸ்வஸ்திகாவின் சமாதிக்குப் போயிருக்கா. அஞ்சலி செலுத்திட்டு வரும்போது அர்ஜுன் வீட்டு முன்பக்கம் இல்லாததால அவனைத் தேடிக்கிட்டு லேபுக்குள்ளே போயிருக்கா. கண்ணாடிக்குடுவைல மிதந்துகிட்டு இருந்த தலைகளைப் பார்த்து அதிர்ந்து போய் போலீஸ்ல இன்ஃபார்ம் பண்றதுக்காக அந்தத் தலைகளை செல்ஃபோன் கேமிரால போட்டோ எடுத்துக்கிட்டுப் புறப்பட்டுப் போயிட்டா...

பட் வீட்டுக்குப் போனதும் ஒரு குழப்பம். போலீஸுக்குப் போகலாமா வேண்டாமான்னு ஒரு தயக்கம்... ஏற்கெனவே அவளுக்கு இருந்த அநியூரிஸம் நோய் திடீர்ன்னு விஸ்வரூபம் எடுத்து மூளையில் பாதிப்பை உண்டாக்க, ஸ்வஸ்திகா மேல ஒரு பயம் - வெறுப்பு உண்டாகி அதன் காரணமாய் ஸ்வஸ்திகா அன்பளிப்பாய்க் கொடுத்த தாஜ்மஹால் படத்தைப் போட்டு உடைச்சிருக்கா...”

புரபஸர் போஜராவ் நீளமாய்ப் பேசி முடிக்க விவேக் உன்னிப்பாய் செவிமடுத்துவிட்டுக் கேட்டான்.

“அந்த மூணு பேரும் இப்போ எங்கே?”

“இதே பண்ணை வீட்டுக்குப் பின்னாடி அஞ்சு கெஸ்ட் ஹவுஸ் காட்டேஜஸ் இருக்கு. அதுலதான் அவங்க தங்க வைக்கப்பட்டு இருக்காங்க. வாங்க அவங்களைப் பார்க்கலாம்...”

போஜராவ் லேப்பை விட்டு வெளியேறி நடக்க ஆரம்பித்துவிட விவேக்கும் விஷ்ணுவும் பின்தொடர்ந்தார்கள்.

# 18

“இப்புறம்?” என்றாள் ரூபலா - சப்பாத்தியின் மேல் வெஜிடபிள் குருமாவை ஊற்றிக்கொண்டே

இடம்: விவேக்கின் வீடு. டைனிங் டேபிள். பக்கத்தில் விஷ்ணு.

“அப்புறம் என்ன மேடம்... அந்த மூணு பேரையும் மீட்டுட்டோம்.”

“சட்டப்படி அவங்க மேல நடவடிக்கை உண்டா?”

“கண்டிப்பாய் உண்டு மேடம். ஸ்வஸ்திகாங்கிற ஒரு அழகான தாஜ்மஹாலை அந்த மூணு பொண்ணுங்களும் ஒரு ரெளடியைப் பார்ட்னராய் சேர்த்துக்கிட்டு இடிச்சுத் தள்ளியிருக்காங்களே! சட்டம் பாயாமே இருக்குமா...?”

“சரி... போஜராவ் மேல எந்த நடவடிக்கையும் கிடையாதா?”

“அவரையும் சட்டம் சும்மா விடாது. பேத்தி ஸ்வஸ்திகா சொன்னாங்கிற ஒரே ஒரு காரணத்துக்காக சட்டத்தைக் கையில் எடுத்துக்கிட்டு அந்த மூணு பேரையும் கடத்தி வெச்சுகிட்டு பயமுறுத்தறது எந்த வகையிலும் நியாயம் இல்லையே...! போஜராவ், அர்ஜுன், பொன்னி இந்த மூணு பேரையும் சட்டம் கோர்ட்டுக்குக் கொண்டு போய் நிறுத்தும். குற்றத்துக்கு ஏத்த தண்டனையை வாங்கிக் கொடுக்கும்.”

“பூஜ்யாவோட ஆப்ரேஷன் என்னாச்சு?”

விவேக் பதில் சொல்ல முயல, விஷ்ணு கையமர்த்தினான். “பாஸ்! நீங்க நிம்மதியா சாப்பிடுங்க. மேடம் கேட்கிற எல்லா

கேள்விகளுக்கும் நானே பதில் சொல்றேன்...! மேடம்... டாக்டர் ஹரிபிரசாத் என்கிட்ட தான் பேசினார். பூஜ்யாவோட ஆப்ரேஷன் சக்சஸாம்... இட் இஸ் ஏ மிர்ராக்கிள்னு டாக்டர் சொன்னார். இனிமே பூஜ்யாவுக்கு ஒரு பிரச்சனையும் இல்லையாம்."

"விஷ்ணு...!"

"என்ன மேடம்...?"

"எனக்கு அந்த பூஜ்யாவைப் பார்க்கணும் போலிருக்கு."

"எனக்கும்" என்றான் விவேக். விஷ்ணு சிரித்தான்.

"எனக்கு மட்டும் அந்த சாஃப்ட் கார்னர் இல்லையா என்ன...? நானும் ஹாஸ்பிட்டலுக்கு வருவேன். ஆனா பூஜ்யாவைப் பார்க்கிறதுக்காக இல்லை..."

"பின்னே...? "

"மெட்டர்னிடி வார்டுல புஷ்பலதான்னு ஒரு நர்ஸ்."

"டேய்..."

"தப்பாய் நினைக்காதீங்க மேடம்... போன தடவை நான் ஹாஸ்பிட்டலுக்கு போயிருந்தபோது ஒரு மருந்தோட பேரை எழுதறதுக்குப் பேனா இல்லாமே தவிச்சுட்டு இருந்தாங்க. நான்தான் பேனாவைக் கொடுத்தேன். பட் அவசரத்துல வாங்க மறந்துட்டேன். அது எனக்கு ராசியான பேனா மேடம்... அதை வாங்கணும்..."

ரூபலா சட்டென்று விஷ்ணுவின் சட்டைப் பாக்கெட்டுக்குள் கையை நுழைத்து, உள்ளே பதுங்கியிருந்த பேனாவை எடுத்து அவன் முகத்திற்கு முன்பாய் அசைத்தாள்.

"இது அந்தப் பேனாதானே?"

"அட...! இது எப்படி என் சர்ட் பாக்கெட்டுக்குள்ளே வந்தது...? இந்த உலகத்துல யாரையுமே, எதையுமே நம்ப முடியலைடா சாமி."

●●●

www.ingramcontent.com/pod-product-compliance
Lightning Source LLC
LaVergne TN
LVHW060612051026
849519LV00002B/568